தமிழகத்தின் ஈழ அகதிகள்

தமிழகத்தின் ஈழ அகதிகள்
தொ. பத்தினாதன் (பி. 1974)

இலங்கை மன்னார் மாவட்டம், வட்டக்கண்டல் என்ற ஊரைப் பிறப்பிடமாகக் கொண்டவர். 1990இல் யாழ்ப்பாணத்தில் படித்துக்கொண்டிருந்தபோது ஏற்பட்ட இரண்டாம் கட்டப் போர் காரணமாகத் தனது பதினாறாவது வயதில் அகதியாகத் தமிழகம் வந்தார். சுமார் எட்டு ஆண்டுகள் மதுரை மாவட்டம் உச்சப்பட்டி அகதிகள் முகாமில் வாழ்ந்தவர், பின்னர் சென்னை சென்று சென்னைப் பல்கலைக்கழகத்தில் இளங்கலை பொது நிர்வாகம் படித்தார்.

தமிழகம் வாழ் இலங்கை அகதிகள் குறித்துத் தொடர்ந்து எழுதிவரும் இவர் நீண்டகாலம் காலச்சுவடு பதிப்பகத்திலும் சிறிது காலம் திரைத் துறையிலும் பணி செய்தார். பரவலான கவனத்தைக் கோரிய இவருடைய தன்வரலாற்று நூல் போரின் மறுபக்கம். தமிழகத்தின் ஈழ அகதிகள், தகிப்பின் வாழ்வு ஆகிய இரண்டும் கட்டுரை நூல்கள். காலச்சுவடு இதழில் தொடர்ந்து எழுதிவருகிறார். 2019ஆம் ஆண்டு உயர் நீதிமன்றத் தீர்ப்பில் இவருடைய எழுத்துக்கள் மேற்கோள் காட்டப்பட்டுள்ளமை குறிப்பிடத்தக்கது. இவர் இலங்கையில் வசித்துவருகிறார்.

மின்னஞ்சல்: pathixyz@gmail.com

தொ. பத்தினாதன்

தமிழகத்தின் ஈழ அகதிகள்

காலச்சுவடு பதிப்பகம்

அன்பார்ந்த வாசகருக்கு,

வணக்கம்.

காலச்சுவடு நூலை வாங்கியமைக்கு நன்றி.

நூலின் உள்ளடக்கம், உருவாக்கம், அட்டைப்படம் இன்ன பிற அம்சங்கள் பற்றிய உங்கள் கருத்துகளையும் ஆலோசனைகளையும் காலச்சுவடு வரவேற்கிறது. தகவல், எழுத்து, வாக்கியப் பிழைகள் தென்பட்டால் கட்டாயம் தெரிவித்து உதவுங்கள். நூல் தயாரிப்பில் கடும் குறைபாடு இருப்பின் மாற்றுப் பிரதி உங்களுக்குக் கிடைக்கக் காலச்சுவடு ஏற்பாடு செய்யும்.

மின்னஞ்சல்: publisher@kalachuvadu.com

காலச்சுவடு நாகர்கோவில் தலைமையகத்துக்கும் கடிதம் அனுப்பலாம்.

தங்கள்
எஸ்.ஆர். சுந்தரம் (கண்ணன்)
பதிப்பாளர் – நிர்வாக இயக்குநர்

தமிழகத்தின் ஈழ அகதிகள் ♦ கட்டுரைகள் ♦ ஆசிரியர்: தொ. பத்தினாதன் ♦ © தொ. பத்தினாதன் ♦ முதல் பதிப்பு: டிசம்பர் 2014, நான்காம் பதிப்பு: ஜூலை 2023 ♦ வெளியீடு: காலச்சுவடு பப்ளிகேஷன்ஸ் (பி) லிட்., 669, கே.பி. சாலை, நாகர்கோவில் 629001

tamizakattin iiza akatikaL ♦ Essays on Sri Lankan Tamil refugees ♦ Author: Tho. Pathinathan ♦ ©Tho. Pathinathan ♦ Language: Tamil ♦ First Edition: December 2014, Fourth Edition: July 2023 ♦ Size: Demy 1 x 8 ♦ Paper: 18.6 kg maplitho ♦ Pages: 96

Published by Kalachuvadu Publications Pvt. Ltd., 669, K.P. Road, Nagercoil 629001, India ♦ Phone: 91-4652-278525 ♦ e-mail: publications@kalachuvadu.com ♦ Printed at Adyar Students xerox Pvt. Ltd., No. 275 Habibullah Road, Triplicane high Road, Opp Triplicane Post Office, Triplicane, Chennai 600005

ISBN: 978-93-82033-68-4

07/2023/S.No. 602, kcp 4494, 18.6 (4) uss

சுமந்தவளுக்கும்
சுமப்பவளுக்கும்

பொருளடக்கம்

முன்னுரை	11
தமிழகத்தின் ஈழ அகதிகள்	15
யாருக்காக இந்தப் போராட்டங்கள்?	25
அகதிகளும் அரசியலும்	31
அகதிகளின் அடிமை வாழ்க்கை	37
இப்படி எழுத மட்டும் முடியுமா?	48
ஈழத்தமிழனைப் பிடித்திருக்கும் பேய்	53
ஏழைக்கு எழுத்தறிவித்தல்	58
ஈழ அகதிகளும் சாதியமும்	62
மதிப்பிற்குரிய சட்டமன்ற உறுப்பினருக்கு	71
நேர்காணல்	74

முன்னுரை

'முகாமை ஆய்வு செய்ய மறுவாழ்வுத் துறை ஆணையர் வருகிறார்' என்ற தகவல் வரும். அகதிகள் தங்கள் பிரச்சினைகளை, குறைகளை மனுவாக எழுதி வைத்துக் கூலிவேலைக்குப் போவதையும் விட்டுவிட்டுக் காத்துக்கொண்டிருப்பார்கள். ஆனால் அன்று வரமாட்டார். அவருக்குப் பல சோலி.

அன்றும் அப்படி வருவதாகத் தகவல். தெருவைச் சுத்தம் செய்பவர்கள் காலையிலிருந்து முகாமைச் சுத்தப்படுத்துவதும் தெருவுக்குப் பவுடர் பூசுவதுமாக இருப்பதை வைத்து அகதிகளும் உறுதிப்படுத்திக்கொண்டார்கள். மறுவாழ்வுத் துறை அதிகாரிகள் வருவதாக இருந்தால் மட்டுமே சுகாதாரப் பணியாளர்களை முகாமிற்குள் பார்க்க முடியும்.

புறக்காவல் கொட்டில் அருகில் நின்ற வேப்பமரத்தடியில் ஒரு மேசை. அதன்மேல் கோஆப்டெக்ஸ் போர்வையும் இரண்டு பிளாஸ்டிக் கதிரைகளும் தயாராக இருந்தன. காவல்துறை, க்யூ பிரிவு, தாசில்தார், அகதிகளுக்கான சிறப்புத் தாசில்தார், வருவாய் அதிகாரி உட்பட பலரும் பச்சை மையில் கையொப்பமிடும் ஆணையரும் அதிகாரத் தோரணையில் வந்தமர்ந்தனர். அகதிகள் கூடியிருந்தார்கள். ஒரு அதிகாரி எல்லா மனுக்களையும் பெற்றுக்கொண்டார்.

அதிகாரிகள் தங்களுக்குள் ஆங்கிலத்திலும் தமிழிலும் பேசிக்கொண்டார்கள். அகதிகள் பேந்தப்பேந்த விழித்துக் கொண்டிருந்தார்கள். அரைமணி நேரம் சென்றிருக்கும். ஆணையர் புறப்படும் நேரத்தில் ஒரு அகதிப் பெண் 'ஐயா, குழந்தைகளாய் இருந்தவர்கள் பெரியவர்களாகி, திருமணம் முடித்துத் தனித்தனிக் குடும்பமாக ஆகிவிட்டார்கள். அவர்களுக்குத் தனி வீடு கட்டிக்கொடுக்க ஏற்பாடு செய்துகொடுங்க' என்று கேட்டாள்.

பொறுப்புள்ள, உயர்பதவியில் இருக்கக்கூடிய ஐ.ஏ.எஸ். படித்தவரின் வாயிலிருந்து வந்த வார்த்தை 'உங்களுக்கு எல்லாம் குடும்பக் கட்டுப்பாடு செய்ய வேணும்' என்றார்.

மேலே குறிப்பிட்ட சம்பவம் நான் எழுதிக்கொண்டிருக்கும் நாவலின் சிறு பகுதி. இது சுவாரஸ்யத்திற்காகச் சொல்லப்பட்டதல்ல. நடந்த சம்பவம். கேட்டவர்கள் இன்னும் உயிருடன் இருக்கிறார்கள்.

இதுபோல் உயரதிகாரிகள் முதல் கீழ்நிலை அதிகாரிகள் வரை அகதி என்றாலே அலட்சியம். அகதிகளுக்கென்று முறையான சட்டப் பாதுகாப்பு இல்லாத சூழலில் 'தடி எடுத்தவனெல்லாம் தண்டல்காரன்' என்பதுபோல் ஒவ்வொரு அதிகாரியும் வரும்போது ஒவ்வொருவிதமான நடைமுறைகள். இப்படிப் பல இன்னல்களுக்கு மத்தியில் தாங்கள் எங்கே என்னவாக வாழ்கிறோம் என்ற நிலை தெரியாமல் கால்நூற்றாண்டு காலம் தமிழ்நாட்டில் வாழ்ந்துகொண்டிருக்கும் அகதிகள் குறித்து யாருக்கு இங்கு அக்கறை இருக்கிறது? அகதிகளுக்கு அக்கறை காட்டுவதால் யாருக்கு (அரசியல்வாதிகள்) என்ன லாபம்? இப்படிப் பல கேள்விகள் இப்புத்தகத்தில் எழுப்பப்படுகின்றன.

பல வருடங்களாக என்னைக் குடைந்துகொண்டிருக்கும் கேள்வி: 'போரின் மறுபக்க'த்தில் கேட்ட அதே கேள்வி. மீண்டும் கேட்கிறேன்.

அகதிகள் தவறு செய்யும்போது இந்தியத் தண்டனைச் சட்டத்தால் தண்டிக்கப்படுகின்றனர். ஆனால் இந்திய அரசியல் அமைப்புச் சட்டத்தில் உள்ள அடிப்படை உரிமைகள் மட்டும் மறுக்கப்படுவது ஏன்? தண்டனைக்கு மட்டும் சட்டம் என்றால் வாழ்வதற்குச் சட்டமில்லையா? இந்தக் கேள்வியை இங்குள்ள எத்தனை அரசியல்வாதிகள் கேட்டிருக்கின்றனர். இப்பொழுதுள்ள தொப்புள்கொடி உறவுகள் எங்கே போயின?

இதற்குமேல் எனக்கு வரும் கோபத்தை எழுத்தில் எழுதினால் எந்தப் பத்திரிகையும் வெளியிட மாட்டார்கள். அவ்வளவு கோபம். தொண்டைக்குழிவரை முட்டிமுட்டி நிற்கிறது.

அகதிகள் க்யூ பிரிவுக்காரனின் கெடுபிடி, உருட்டல் மிரட்டலுக்கு மத்தியில் கூலிவேலை செய்து கொஞ்சம் கொஞ்சமாகச் சீட்டுக்கட்டி சேர்த்த பணத்தைக் கொண்டு உயிரைப் பணயம் வைத்து அவுஸ்ரேலியாவுக்கு ஏன் ஓடுகிறார்கள்? காரணம் என்ன? கால் நூற்றாண்டு காலமாக இங்கு வாழ்ந்தவனுக்குத் தெரிகிறது. இனிமேலும் தொடர்ந்து இங்கு வாழ வழியில்லை. இந்தியாவின் முன்னோடி மாநிலமான, எட்டுக் கோடி தமிழர்கள் வாழும் தமிழகத்தில் ஒரு லட்சம் அகதிகள் வாழ வழியில்லை என்பது எவ்வளவு வேதனையானது. நாங்கள் தமிழர்கள் இல்லையா?

தமிழகத்தில் ஆண்ட, ஆள்கிற அரசு முதல் 'நாங்க தான்...' என்று நெஞ்சு நிமிர்த்துகிறவர்கள் வரையுள்ள ஒட்டுமொத்தத் தமிழ்ச் சமூகத்திற்கே அவமானம். அகதிகள் அவுஸ்ரேலியாவுக்கு ஓடிப்போவது, இதுபற்றிப் பேச இங்கு யாருக்கு யோக்கியதை உள்ளது? ஐந்தாண்டுகளுக்கு ஒருமுறைதானே தேர்தல் வருகிறது.

எனக்குத் தெரிந்தவரை அகதிகள் குறித்துச் சில தகவல்களை இப்புத்தகத்தில் பேசியிருக்கிறேன். 'என் தாய்த் தமிழ்ச் சமூகம்' அகதிகளுக்காக ஏதாவது செய்யும் என்று இத்தனைக்கும் மத்தியில் நம்புவதைத் தவிர எங்களுக்கு வேறு போக்கிடமில்லை.

இப்புத்தகத்தில் ஏதேனும் குறையிருப்பின் அது என்னைச் சேரும். இதன் நிறைவு, சிறப்பு அனைத்தும் காலச்சுவடுக்கும் பெருமாள்முருகன் அவர்களுக்கும் உரியது. அவ்வளவு பணிக்கு மத்தியில் எனக்காக, இப்புத்தகத்திற்காக நேரம் ஒதுக்கிச் செதுக்கிக் கொடுத்த பெருமாள்முருகனுக்கு நன்றிகள் பல.

அகதிகள் குறித்த கட்டுரை வெளியிட்டது மட்டுமின்றி இப்புத்தகத்தையும் காலச்சுவடு மிகச் சிறப்பாக வெளியிடுகிறது.

பூவரசி இதழாசிரியர் ஈழவாணிக்கு நன்றிகள் பல. எனது பல கட்டுரைகள் வெளியிட்டது மட்டுமின்றிச் சுதந்திரமாக என்னைப் பேச அனுமதித்துத் தைரியமாக எனது நேர்காணலையும் வெளியிட்ட அவருக்குப் பெரிய சல்யூட்.

உடல்நிலை சரியில்லாத நிலையிலும் நான் கேட்டுக்கொண்டதும் மதுரை வந்து என்னுடன் பேசி இப்புத்தகத்திலிருந்த பிழைகளைச் சரிசெய்து கொடுத்த ரெ. மகேந்திரன், நூலைச் செம்மை செய்து கொடுத்த செந்தூரன் இருவருக்கும் நன்றி.

இக்கட்டுரைத் தொகுப்பில் சாதி குறித்த கட்டுரை நண்பர் ஸ்டாலின் ராஜாங்கத்தின் அறிவுறுத்தலின்பேரில் எழுதப்பட்டது.

அவருக்கு எனது நன்றி. அத்துடன் எழுத்தாளர் பா. செயப்பிரகாசம் அவர்களுக்கும் எழுத்தாளர் சுரேஷ்குமார இந்திரஜித் அவர்களுக்கும் நெஞ்சார்ந்த நன்றி.

பலவகையில் இப்புத்தகத்திற்கு ஒத்துழைப்பு நல்கிய ஷாலினிக்கும், சிறப்பாகத் தட்டச்சு செய்து உதவிய ரெத்தினகுமாரிக்கும், இப்புத்தக உருவாக்கத்திற்கு உதவிய அலுவலகப் பணியாளர்களுக்கும், தகவல்கள் கொடுத்துதவிய நண்பர்கள் பலருக்கும் எனது உளமார்ந்த நன்றிகள். எனது எழுத்துகளின் முதல் வாசகரும் ஆய்வாளருமான நண்பர் வி. முருகனுக்கு மனமார்ந்த நன்றி.

மதுரை   தொ. பத்தினாதன்
27.8.2014

தமிழகத்தின் ஈழ அகதிகள்

ஜூன் 20ஆம் திகதி அகதிகள் தினமாக நினைவுகூரப்படுகிறது. தொடக்கத்தில் இந்நாள் ஆப்பிரிக்க அகதிகள் தினமாகத்தான் நினைவுகூரப் பட்டது. பின்னர் 2000ஆம் ஆண்டில் ஐக்கிய நாடுகள் பொதுச் சபையின் சிறப்புத் தீர்மானம் ஒன்றின்படி 'உலக அகதிகள் தின'மாக அறிவிக்கப்பட்டது. தம் நாட்டில் பல்வேறு மோதல்களில் சிக்கி வாழமுடியாத சூழ்நிலையில் இடம் பெயர்ந்த, பல்வேறு இன்னல்களுடன் வாழும் அகதிகள் பற்றிய விழிப்புணர்வை ஏற்படுத்துவதே அகதிகள் தினத்தின் முக்கிய நோக்கமாகும்.

அகதி என்பது இனம், சமயம், தேசிய இனம் ஆகிய குறிப்பிட்ட சமூகக் குழுவொன்றில் உறுப்பாண்மை, அரசியல் கருத்து ஆகியவற்றால் குற்றம்சாட்டப்பட்டவரும் அவருடைய நாட்டிற்கும் சொந்த இடத்திற்கும் வெளியில் இருப்பவரும் அந்நாட்டினுடைய பாதுகாப்பைப் பெற முடியாதவரும் அல்லது பயம் காரணமாகப் பாதுகாப்பை நாட விரும்பாதவருமான ஒருவரைக் குறிக்கும். 1951ஆம் ஆண்டின் அகதிகளின் நிலை தொடர்பான ஐக்கிய நாடுகள் உடன்பாடானது பெரும்போர் அல்லது வன்முறைகள் காரணமாக நாட்டைவிட்டு வெளியேறுபவர்களும் அகதிகள் என ஏற்றுக்கொண்டது.

அகதிகளின் நிலை தொடர்பாக ஐக்கிய நாடுகளின் உடன்பாடு என்பது அகதி என்பவர் யார் என்பதையும் அவர்களது உரிமைகளையும் புகலிடம் கொடுத்த நாடுகளின் பொறுப்புகளையும் வரையறை செய்த அனைத்துலக உடன்பாடு. இது 1952 டிசம்பர்

4 அன்று டென்மார்க்கில் முதலில் ஏற்றுக்கொள்ளப்பட்டது. இதுவரை 147 நாடுகள் இந்த உடன்பாட்டை ஏற்றுக்கொண்டுள்ளன. ஆனால் இந்தியா இதை ஏற்றுக்கொள்ளவில்லை.

இரண்டாம் உலகப்போரை ஒட்டி ஏராளமானோர் போர்ப் பகுதிகளை விட்டு வெளியேறியதைத் தொடர்ந்து, அகதிகள் சட்டப்பூர்வக் குழுவாக வரையறுக்கப்பட்டனர். அகதிகள் பாதுகாப்புத் தொடர்பான ஒருங்கிணைப்பு வேலைகளைச் செய்வது அகதிகளுக்கான ஐக்கிய நாடுகள் உயர் ஆணையம் (UNHCR). இந்நிறுவனமானது 2006இல் மொத்த உலக அகதிகள் 8.4 மில்லியன் எனக் கூறுகிறது.

2009ஆம் ஆண்டு ஜூன் மாதத்தில் பி.பி.சி. உலக சேவை, மோதல்கள் மற்றும் சட்டத்திற்குப் புறம்பான துன்புறுத்தல்கள் காரணமாக உலகில் சுமார் 42 மில்லியன் மக்கள் தமது குடியிருப்புகளை விட்டு வெளியேறியுள்ளதாக ஐக்கிய நாடுகளின் அகதிகளுக்கான முகவர் நிலையம் மதிப்பிட்டுள்ளதாகச் செய்தி வெளியிட்டிருக்கிறது.

'ஐக்கிய அமெரிக்கா அகதிகள் மற்றும் குடி வருவோருக்கான குழு' உலகின் மொத்த அகதிகள் தொகை 1,20,19,700 என்கிறது.

மேலும், வளர்ந்துவரும் நாடுகளில் அகதிகள் பராமரிக்கப் படுவதாகவும் மற்றும் பாதுகாப்பதற்கான அமைப்பு அமைக்கப்பட்டுள்ளதாகவும் அகதிகளுக்கான ஐக்கிய நாடுகள் உயர் ஆணையம் தெரிவிக்கிறது.

அகதிகளுக்கான ஐக்கிய நாடுகள் உயர் ஆணையம் அகதிகளைப் பாதுகாப்பதற்கும் ஆதரவளிப்பதற்கும் அரசின் அமைப்பினால் அல்லது ஐக்கிய நாடுகளின் அமைப்பினால் அகதிகளை மீள் திரும்புவதற்கோ அல்லது மீள் குடியமர்த்து வதற்கோ உதவுவதைக் கருப்பொருளாகக் கொண்டதாகும். 1950 டிசம்பர் 14இல் ஆரம்பிக்கப்பட்ட இந்த அமைப்பின் தலைமையகம் சுவிட்சர்லாந்தின் ஜெனிவாவில் அமைந்துள்ளது. இவ்வமைப்பானது 1954 மற்றும் 1981ஆம் ஆண்டுகளில் சமாதானத்திற்கான நோபல் பரிசினைப் பெற்றுள்ளது குறிப்பிடத்தக்கது. இவ்வமைப்பானது சர்வதேச அமைப்புகளுடன் சேர்ந்து அகதிகள் பிரச்சினைகளைத் தீர்ப்பதுடன் அகதிகளைப் பாதுகாத்தும் வருகிறது.

அகதிகளுக்கான ஐக்கிய நாடுகள் உயர் ஆணையம் அகதி மக்களுக்கு அளித்துள்ள நிரந்தரத் தீர்வுகள்:

1. அகதிகள் தாமாகவே சொந்த நாட்டிற்குத் திரும்புதல்.

2. குடியேறிய நாட்டிலேயே கலந்துவிடுதல்.

3. மூன்றாம் நாடு ஒன்றில் குடியேறுதல்.

அகதிகளுக்கான ஐக்கிய நாடுகள் உயர் ஆணையம் வழங்கியுள்ள நிரந்தரத் தீர்வுகளின் முதலாவது கூற்றுப்படி 2009இல் இலங்கையில் போர் முடிந்தபின்பு இன்றுவரை கிட்டத்தட்ட ஐந்தாயிரம் பேர் மட்டுமே தாமாகவே தாயகம் திரும்பியுள்ளார்கள்.

உள்நாட்டில் இடம் பெயர்ந்தோரை அதிகமாகக் கொண்ட நாடு சூடான். ஐக்கிய நாடுகள் அகதிகள் ஆணையத்தின் அகதிகள் சட்டங்கள் உள்ள சூழலில், இலங்கையில் அகதிகள் பிரச்சினை முக்கியமானது. போரின் காரணமாக இலங்கையில் உள்நாட்டில் எவ்வளவு மக்கள் அகதிகளாக உள்ளனர் எனச் சரியான புள்ளிவிவரம் தெரியவில்லை. ஆனால் இன்னமும் மீள் குடியமர்த்தப்படாமல் அகதிகள் உள்ளனர்.

2007இல் 'அகதிகள் தின'த்தை ஒட்டி அகதிகள் குறித்த அறிக்கை ஒன்றை விடுதலைப் புலிகள் அமைப்பு வெளியிட்டது. அவ்வறிக்கையில் 2006 முதல் 2007ஆம் ஆண்டுவரை மூன்று லட்சம் பேர் இடம்பெயர்ந்துள்ளனர் என்று ஐக்கிய நாடுகள் அமைப்பின் உயர் ஆணையம் தெரிவித்ததாகக் கூறப்பட்டிருந்தது. அதுமட்டுமன்றி ஆழிப் பேரலையின்போது 3,50,000 பேர் இடம்பெயர்ந்திருந்தனர்.

கடந்த முப்பது ஆண்டுகளில் அனைத்துத் தமிழர்களுமே ஒருமுறையேனும் இடம்பெயர்ந்துள்ளனர். 1983ஆம் ஆண்டுமுதல் போரினால் பெருந்தொகையான தமிழர்கள் வெளிநாடுகளுக்கும் இடம்பெயர்ந்துள்ளனர்.

1983ஆம் ஆண்டுமுதல் 1989ஆம் ஆண்டுவரை நடந்த கடும் யுத்தத்தின் காரணமாக 1,34,053 பேர் அகதிகளாகத் தமிழகத்தில் உள்ள மண்டபம் அகதிகள் முகாம் மூலமாகத் தமிழகத்தின் பிற பகுதிகளுக்கும் அனுப்பி வைக்கப்பட்டனர்.

மண்டபம் அகதிகள் முகாமிற்கு நீண்ட இருண்ட வரலாறு உண்டு. பிரிட்டிஷ் ஆட்சிக் காலத்தில் இலங்கை சென்றவர்களும் சுதந்திரமாக வாழ்ந்ததில்லை; மண்டபம் முகாமில் கால்தடம் பதித்து அகதிகளாகத் தமிழகம் வந்தவர்களும் சுதந்திரமாக வாழ்ந்ததில்லை. பல மர்மங்களுக்கு மௌனசாட்சியாக அந்த மரங்களும் மணல்மேடுகளும் உள்ளன.

மண்டபம் முகாம் 1917இல் பிரித்தானியர் ஆட்சிக் காலத்தில் கட்டப்பட்டது. அந்தக்காலத்தில் இந்தியாவில் பரவத் தொடங்கிய

தொற்று நோய்களான காலரா, பெரியம்மை போன்ற நோய்கள் இலங்கையில் பரவாமல் தடுப்பதற்கு மண்டபம் முகாமில் தங்கவைத்துப் பரிசோதிக்கப்பட்டு பின் இலங்கைக்கு தோட்டத் தொழிலுக்காக அனுப்பப்பட்டனர்.

அப்போது மண்டபம் முகாம் இரண்டு பிரிவுகளாகச் செயல்பட்டது. அவை:

1. தோட்டத் தொழிலாளிகளுக்கான பகுதி. இதில் இருபத்தைந்து வார்டுகள் இருந்தன. 150 பேர் தங்கும் வசதியுடையது.
2. பயணிகள் தங்கும் பிரிவு. பதினெட்டு வார்டுகள் இருந்தன.

பிராமணர்கள் தங்குவதற்கு, முஸ்லிம்கள் தங்குவதற்கு, இந்துக்கள் தங்குவதற்கு, பணம் கட்டித் தங்குவதற்கு எனத் தனித்தனிப் பிரிவுகள் இருந்தன.

இப்படி ஆரம்பிக்கப்பட்ட மண்டபம் முகாம் வழியாக 1925ஆம் ஆண்டில் 1,25,585 தோட்டத் தொழிலாளர்கள் இலங்கை சென்றுள்ளனர். 1983 முதல் 1989ஆம் ஆண்டுவரை 1,34,053 பேர் அகதிகளாகத் தமிழகம் வந்துள்ளனர்.

இலங்கைத் தீவுக்கு மிக அருகில் தமிழகம் இருப்பதால் காலம் காலமாக நடக்கும் கடத்தலை இன்றுவரை தடுக்க முடியாத ஒன்றாகியுள்ளது. 1991க்குப் பின்பு மண்டபம் முகாம் கூடுதல் கண்காணிப்பிற்கும் கட்டுப்பாட்டிற்கும் உட்பட்டுள்ளது. கட்டுப்பாடுகளையும் கண்காணிப்புகளையும் அதிகரிக்கச் செய்தாலும் அங்கு பணிபுரியும் அதிகாரிகளுக்குச் சவாலாகப் பல சம்பவங்கள் நடக்கத்தான் செய்தன. மற்ற இயக்கங்களைச் சேர்ந்த பலர் மண்டபம் முகாமின் மண்ணிற்குள் புதைந்து போனதாகத் தகவல்; ஆதாரம் இல்லை.

மண்டபம் முகாமில் நடக்கக்கூடிய நிகழ்வுகளை மனதில் கொண்டே அதிகாரிகள் கூடுதல் கட்டுப்பாடுளை விதிக்கிறார்கள். அந்தக் கட்டுப்பாடுகள் மற்ற முகாம்களுக்கும் விதியாகிப் போவதுதான் அகதிகளின் தலைவிதியாக அமைகிறது.

கடற்கரைப் பகுதியில் வாழ்பவர்களுக்கும் கடல் தொழில் செய்பவர்களுக்கும் கடல் சிறிய நீச்சல் குளம் போன்றது. இப்படித்தான் ஒருமுறை தலைமன்னார் பகுதியைச் சேர்ந்த சம்மாட்டி என்று அழைக்கப்படும் கடல்தொழில் புரியும் பெரும் முதலாளியின் மகன்கள் மூவர் சேர்ந்து தமிழ்நாட்டுக்குப் படம் பார்க்கப் புறப்பட்டார்கள். வரும் வழியில் அகப்பட்ட

கடத்தல்காரனையோ அகதியையோ ஏற்றி வந்தனர். மண்டபம் முகாம் பகுதிக்கு வந்தபிறகு எந்திரத்தை மட்டும் எடுத்துக்கொண்டு படகைக் கடலில் விட்டுவிட்டு முகாமிற்கு வந்தார்கள். முகாம் நண்பர்கள் சிலர் உதவியுடன் எந்திரத்தைப் பத்திரப்படுத்தி வைத்துவிட்டுத் தமிழ்நாட்டில் ஒருவாரம் சுற்றித் திரிந்திருக்கிறார்கள். வெறும் படகு மட்டும் க்யூ பிரிவு பார்வையில் பட்டது.

தமிழ்நாட்டைச் சுற்றிய பொடியன்கள் தகப்பனுக்குத் தொலைபேசி அழைப்புவிட, வேறு ஒரு படகு மண்டபம் வந்தது. அந்தப் பொடியன்கள் பத்திரப்படுத்தி வைத்திருந்த எந்திரத்தை எடுத்துக்கொண்டு திரும்பித் தங்கள் ஊருக்குப் போய்விட்டார்கள்.

ஆனால் க்யூ பிரிவினர் அவர்கள் யாரென்பதை இன்றுவரை விசாரித்துக் கொண்டிருக்கிறார்கள்.

க்யூ பிரிவு பற்றி எழுதாவிட்டால் எழுதியது நிறைவு பெறாது. மண்டபம் முகாமில் ஒரு க்யூ பிரிவு அதிகாரியிருந்தாராம். அவருக்கு யார் மேலாவது சந்தேகம் வந்தால் கூப்பிட்டுத் தோளில் கையைப் போட்டுப் பேசிக்கொண்டே நடப்பாராம். அவ்வாறு நடக்கும்போது தோளில் உள்ள கையை அப்படியே தோளிலிருந்து சற்று இறக்கிக் கைத் தசைநார்களை அமுக்கி அமுக்கிப் பார்ப்பாராம். ஆயுதப் பயிற்சி எடுத்திருந்தால் தசைநார்கள் இறுகியிருக்கும்.

அந்த அதிகாரி கடுமையாக நடந்துக்கொள்வதும் பொதுப்படையாகத் திட்டுவதும் என பல விடயங்கள் அந்த மக்களுக்கு எரிச்சலை ஏற்படுத்தியிருந்தன. ஒரு இயக்கப் பொடியனை அவர் படுத்தியபாடு அவனுக்கு உச்சகட்ட எரிச்சலை ஏற்படுத்தியது. அந்தப் பொடியன் கள்ளத்தோணியில் ஏறி இலங்கை புறப்பட்டுச் சிறிது தூரம் கடலுக்குச் சென்றதும் அந்த அதிகாரிக்குப் போன் போட்டுத் தகாத வார்த்தைகளால் திட்டியுள்ளான். அவன் கோபம் அடங்கும் மட்டும் திட்டிவிட்டுக் கைபேசியைத் தூக்கிக் கடலில் வீசிவிட்டுச் சென்றுவிட்டான்.

இதுபோலப் பல சம்பவங்கள் இருட்டில் நடக்கின்றன. அத்துமீறி அதிகாரத் திமிறில் நடந்துகொள்ளும் க்யூ பிரிவு அதிகாரிகளே மிரட்டப்பட்டதாகவும் தகவல்கள் வருகின்றன. தமிழ்நாட்டில் உள்ள 112 முகாம்களிலும் மிகவும் பிரச்சினையானது மண்டபம் அகதிகள் முகாம்தான். அதனால் அரசின் கட்டுப்பாடுகள் அனைத்தும் இங்கு முழுமையாகக் கடைப் பிடிக்கப்படுகின்றன.

அனுமதியில்லாமல் வேறு முகாம்வாசிகள் உறவினரைப் பார்க்க இங்கு வரமுடியாது. இந்த முகாமில் உள்ளவர்கள் வெளியே போகவும் முடியாது.

வெளிநபர்கள் எவரும் உள்ளே வர அனுமதிக்கப் படுவதில்லை. சிபிஎம் கட்சியைச் சேர்ந்த பெரியகுளம் மக்கள் பிரதிநிதி லாசர், அண்ணாதுரை ஆகியோர் முகாமிற்குள் செல்ல முயற்சித்து முகப்பு வாயிலில் காவலர்களால் தடுத்து நிறுத்தப்பட்டார்கள்.

இலங்கையில் உள்ள முள்வேலி முகாமிற்கும் இந்த முகாமிற்கும் வித்தியாசம் என்னவென்றால் இலங்கையில் முள்வேலியைச் சுற்றிச் சுருள் கம்பி இருக்கும். இங்கு முள் கம்பியே வேலியாயிருக்கிறது.

பிரிட்டிஷ் ஆட்சிக் காலத்தில் கட்டிய வீடுகள் இன்னும் இங்கு உள்ளன. அகதிகளின் வருகை அதிகமானதால் வீடுகள் பாதுகாப்பானதாக இல்லை. எம்ஜிஆர் ஆட்சியில்தான் ஒரு விடிவு கிடைத்தது. புதிதாக வீடுகள் கட்டப்பட்டன. கழிவறைகள், சாலைகள், தெருவிளக்குகள் போன்றவை கூடுதலாக அமைக்கப்பட்டன. 260 கிணறுகள் இருப்பதாகத் தகவல். தற்போது 650 வீடுகள் தவிர மற்ற வீடுகள் இடிந்து, பாழடைந்து, முட்புதர் மண்டிப்போய்ப் பராமரிப்பின்றிக் கிடக்கின்றன.

கடந்த கருணாநிதி ஆட்சியில் மண்டபம் முகாமிற்கு நிதி ஒதுக்கப்பட்டது. அந்தப் பணத்தில் பிரதான தார்ச்சாலை மட்டும் போடப்பட்டது. வீடுகள் பராமரிப்புக்காகச் சில நடவடிக்கைகள் எடுக்கப்பட்டு அவை பாதியில் நிறுத்தப்பட்டது ஏன் என்று தெரியவில்லை.

முதன்மை வாயில் வழியாக உள்ளே நுழைந்தாலே பராமரிப்பில்லாத கட்டடங்களும் இடிந்த கட்டடங்களும் கண்ணில் படும்.

முகாமிற்குள் சிறைச்சாலை, காவல்நிலையம் இருக்கின்றன. முகாமிற்கு முன்பக்கம் முதன்மை இராமேஸ்வரம் சாலை. பின்பக்கம் கடல் பகுதி. முகாமை விட்டு வெளியே போக, உள்ளேவர இரகசிய வழிகளும் உண்டு. அங்கு வாழக்கூடிய அனைவரின் முகங்களும் வாயில் காவலில் இருக்கும் காவலர் களுக்கு நன்கு தெரியும்.

முகாமிற்குள் பழைய கைலி, கசங்கிய சட்டை, காலில் ரப்பர் செருப்பு, சீவாத தலையுடன் தைரியமாக

20 தொ. பத்திநாதன்

விறுவிறு என்று நடந்து நுழைவாயில் வழியாகவே அனுமதியில்லாமல் செல்ல முடியும். ஆனால், க்யூ பிரிவுக்கு நெருக்கமானவர்கள் பலர் முகாமில் இருக்கின்றனர்.

மதுரை உச்சப்பட்டி முகாமில் 527 குடும்பங்கள் இருக்கின்றன. இங்கு 22 பேர் க்யூ பிரிவுக்கு நெருக்கமானவர்களாக இருப்பதை அறிய முடிகிறது.

மொத்தமுள்ள 112 முகாம்களில் 19,733 குடும்பங்களைச் சேர்ந்த 67,165 (ஜனவரி 2013) பேர்களில் அதிகாரிகளுக்கு நெருக்கமான பெரும்பாலான நபர்கள் முகாம் மட்டத்தில் கொஞ்சம் வசதியானவர்களாக இருப்பார்கள். முக்கியமாக இவர்கள் முகாம் கட்டுப்பாட்டை மீறுபவர்களாகவும் சட்டத்திற்குப் புறம்பாகச் செயல்படக் கூடியவர்களாகவும் இருப்பார்கள். இவர்கள் முகாமிற்குள் 20% முதல் 30% வரை வட்டிக்குப் பணம் கொடுப்பவர்கள். அவர்கள் அதிகாரிகளிடம் நெருக்கம் காண்பித்து வட்டி வசூல்செய்ய வசதியாக இருக்கும். இவர்கள் நான்கு சக்கர வாகனம் வைத்திருப்பார்கள். அசையும், அசையாச் சொத்துகளை அகதிகள் வாங்கக் கூடாது என்பது விதி. இவர்களைப் போன்றவர்களுக்குச் சலுகைகள் காண்பிப்பதன் மூலம் அதிகாரிகளின் வேலை சுலபமாகிப்போகிறது. இன ஒற்றுமை என்பதுபோய் 'நீ என்னைக் காட்டிக்கொடுக்காதே நான் உன்னைக் காட்டிக்கொடுக்க மாட்டேன், நாம் இருவரும் மற்றவனைக் காட்டிக்கொடுக்கலாம்' என்ற நிலைதான் இன்று முகாம்களில் உள்ளது.

உச்சிப்புளி, மண்டபம் போன்ற பகுதிகள் தற்போது இந்திய ராணுவத்தின் பார்வையில் இருக்கிறது. இங்கு விமான ஓடுதளம், ராடார் போன்ற சாதனங்கள் பொருத்தப்பட்டுள்ளதாகவும் கூறப்படுகிறது. இப்படி ஒரு கேந்திர முக்கியத்துவம் வாய்ந்த பகுதியில் அகதிகளாக ஏன் வாழ வேண்டும்? இந்த முகாம் மக்களைத் தமிழ்நாட்டின் பிற பகுதிகளுக்கு மாற்றலாமே!

மண்டபம் முகாம் குறித்து முக்கியமான தகவல் ஒன்றைப் பதிவுசெய்ய வேண்டும். 25.07.2012 தேதியிட்ட *ஜூனியர் விகடனில்* இராமநாதபுரம் தொகுதி சட்டமன்ற உறுப்பினர் ஜவாஹிருல்லா தவறான தகவலைப் பதிவு செய்துள்ளார். தகவல்: ஈழ அகதிகள் சமையல் செய்வதற்காக இலவச எரிவாயு சிலிண்டர்கள் கடந்த ஆட்சியில் வழங்கப்பட்டுள்ளன. தற்போது அவைகள் திரும்பப் பெறப்பட்டுள்ளன.

இது முற்றிலும் தவறான கூற்று. எந்த ஆட்சியிலும் எந்தக் காலத்திலும் ஈழ அகதிகளுக்கு எரிவாயு சிலிண்டர்கள்

வழங்கப்படவில்லை. முகாமில் நடந்தது என்னவென்றால், முகாமிற்குள் திருட்டுத்தனமாகக் கூடுதல் விலைக்குச் சமையல் எரிவாயு சிலிண்டர்களை அம்மக்கள் வாங்கியுள்ளார்கள். முறையான பதிவில்லாமல் கூடுதல் லாபத்திற்கு முகாமிற்குள் முகவர் அதிகமாக விற்பனையும் செய்துள்ளார். இதன் விளைவு முகாமிற்கு வெளியே முறையாகப் பதிவு செய்தவர்களுக்கு எரிவாயு சரியாக விநியோகிக்கப்படவில்லை. இதை உயர் அதிகாரிகளுக்கு முறையிட, அனுமதியில்லாமல் விற்கப்பட்ட எரிவாயு சிலிண்டர்கள் அனைத்தும் பறிமுதல் செய்யப்பட்டது. பின்பு அகதிகள் தங்களுக்கும் சமையல் எரிவாயு வேண்டும் என்று முறையிட்டனர். எனவே தற்போது முறையாகப் பணம் கொடுத்துப் பதிவு செய்தவர்களுக்கு மட்டும் சமையல் எரிவாயு வழங்கப்படுகிறது.

மண்டபம் அகதிகள் முகாம் போன்று கடற்கரை பகுதியில் அமைந்துள்ள முகாம்களும் மாநில எல்லை ஓரங்களில் அமைந்துள்ள முகாம்களும் மிகுந்த கட்டுப்பாடுடையவையாக உள்ளன.

கன்னியாகுமரி மாவட்டம் களியக்காவிளையில் ஒரு முகாம் உள்ளது. இங்கு தற்போது 118 குடும்பங்கள் வசிக்கின்றன. இவர்கள் உணவு தானியச் சேமிப்புக் கிடங்கிலேதான் தொடக்கத்தில் தங்க வைக்கப்பட்டனர். பின்பு அரசால் வீடுகள் அங்கு கட்டிக்கொடுக்கப்பட்டன. சிமெண்ட் சாலையும் போடப்பட்டுள்ளது. சமையலுக்காக மண்ணெண்ணெய் மற்ற முகாம்களைக் காட்டிலும் இங்கு அதிகம் வழங்கப்படுகிறது. வீட்டு வாசலுக்கே குடிநீர் வருகிறது. அவ்வப்போது சிறப்பு மருத்துவ முகாம்களும் நடத்தப்படுகின்றன. அனைத்தையும் இவ்வளவு சிறப்பாக அரசு செய்கிறது. ஆனால் மண்டபம் முகாமில் உள்ளதுபோல் அனைத்துக் கட்டுப்பாடுகளும் நடைமுறையில் உள்ளன. காரணம் கேரள மாநில எல்லையோரம் இம்முகாம் அமைந்துள்ளதுதான். இந்த முகாமில் பதினோர் ஈழத்து அகதிகள் தமிழ்நாட்டுத் தமிழர்களைத் திருமணம் செய்திருக்கிறார்கள். இதில் நான்கு பெண்கள், ஏழு ஆண்கள் அடங்குவர். இதுபோன்ற திருமணங்கள் பரவலாக அனைத்து முகாம்களிலும் நடைபெற்றுள்ளன. முகாம் ஆண்கள்தான் வேலைக்குச் செல்லும் இடங்களில் தமிழ்நாட்டுப் பெண்களைக் காதலித்துத் திருமணம் செய்துகொள்கின்றனர். இதற்குத் தமிழ்நாட்டுப் பெண்களின் பெற்றோர்களும் பெரும்பாலும் எதிர்ப்பு தெரிவிப்பதில்லை. காரணம் இவர்கள் வரதட்சணைக்காகப் பெண்களைச் சித்திரவதை செய்வதில்லை. ஆனால் இலங்கைப் பெண்ணைத் தமிழ்நாட்டு ஆண்மகன் திருமணம் செய்திருந்தால் அதில்

90 விழுக்காடு அந்தப் பெண் இரண்டாம் தாரமாகவே அமைகிறது. அதுமட்டுமல்லாமல் தமிழ்நாட்டு ஆண்மகன் அந்தப் பெண்ணுடன் சிறிது காலம் வாழ்ந்துவிட்டுப் பின் அவளை விட்டுவிட்டு ஓடிவிடுகிறான். இப்படி நடக்கும்பட்சத்தில் அந்தப் பெண்ணாலோ அல்லது அந்தப் பெண் வீட்டாராலோ முகாம் கட்டுப்பாடுகளை மீறி அந்த ஆண்மகனைக் கண்டுபிடிக்க முடிவதில்லை.

முகாமைச் சாராதவர்கள் திருமணம் முடித்து முகாமிற்குள் வரும்போது தங்குவதற்கு மட்டும் அனுமதி வழங்கப்பட்டுள்ளது. முகாம் பதிவோ உதவித்தொகையோ வழங்கப்படுவதில்லை. இது குறித்து முகாம்களுக்குள் பணிசெய்யும் தொண்டு நிறுவன உயர் அதிகாரி ஒருவரிடம் கேட்டேன் (அவர் தனது பெயரைக் குறிப்பிட மறுத்துவிட்டார். 'முகாமிற்கு வெளியே நடக்கும் திருமணத்தில் 99 விழுக்காடு காதல் திருமணங்களாகவே இருக்கின்றன. இவ்வாறு காதல் திருமணம் செய்யும் இளைஞர்கள் ஒன்றைக் கவனிக்க வேண்டும். ஈழத்தில் இன்று தொண்ணூறாயிரம் இளம் விதவைகள் இருக்கிறார்கள். ஈழத் தமிழர்களின் தனித்துவம், அடையாளம் இவ்வாறு அழிந்துபோவது வருத்தம் அளிக்கிறது' என்றார்.

அகதிகளைப் பொறுத்தவரை அகதிகளின் பராமரிப்பு முழுவதும் அகதிகளுக்கான மறுவாழ்வுத் துறையினைச் சார்ந்தது. இந்தியக் குடியுரிமை பெற்ற பர்மா, வியட்நாம், இலங்கை ஆகிய நாடுகளிலிருந்து தாயகம் திரும்பியவர்களுக்காக உருவாக்கப்பட்டது மறுவாழ்வுத் துறை. 1983ஆம் ஆண்டுமுதல் இலங்கையில் ஏற்பட்ட போர் காரணமாகத் தமிழகத்தில் அகதிகளாகத் தஞ்சமடையத் துவங்கினார்கள். மறுவாழ்வுத் துறையானது 1984ஆம் ஆண்டுமுதல் ஈழத்தமிழ் அகதிகளுக்காகவே முழுமையாகச் செயல்படுகிறது. 2007க்கு முன்புவரை அகதிகள் முகாமில் பணியாற்றும் அதிகாரிகளுக்கு அவர்களின் பணி என்ன என்பது தெரியாமல் இருந்தது. அகதிகள் தொடர்புடைய அரசியல் நிர்வாகம் சீர்கெட்டிருந்தது என்றால் மிகையில்லை. இதனைத் திறம்படச் செயல்படுத்தியவர் இரா. கற்பூரசுந்தரப்பாண்டியன் ஐ.ஏ.எஸ். இவர் 2007இல் ஒரு கையேடு தயார்செய்து அகதிகள் தொடர்புடைய அத்தனை அதிகாரிகளுக்கும் அனுப்பினார். அதில் மாவட்ட ஆட்சியர், காவல்துறை உட்பட கீழ்நிலை அதிகாரிகள் வரை அவர்களுக்கான பணி என்ன என்பதைக் குறிப்பிட்டிருந்தார். அவருடைய தொலைபேசி எண் முகாம் மக்கள் அனைவரிடமும் இருந்தது. அகதிகள் அவர்களின் குறைகளை நேரடியாகத் தெரிவித்துத் தீர்வு காண முடிந்தது.

முகாம்களில் பதிவு துண்டிக்கப்பட்ட ஆயிரக்கணக்கான அகதிகள் உடனடியாகப் பதிவு பெற ஏற்பாடுகள் செய்தார். அவருடைய பதவிக்காலம் "அகதி மக்களின் பொற்காலம்" என்று குறிப்பிட்டால் மிகையில்லை. தற்போது அவர் பணியிலிருந்து ஓய்வு பெற்றுவிட்டார். அதேபோல் அகதிகள்மீது அன்பும் பரிவும் கொண்ட மற்றொரு அதிகாரி சகாயம் ஐ.ஏ.எஸ். இவர் மதுரை மாவட்ட ஆட்சியராக இருந்தபோது மதுரை மாவட்ட அகதிமக்களுக்குப் பொற்காலமாக அமைந்தது. 21 வருடங்களுக்குப் பின்பு இவர்தான் மதுரை மாவட்ட அகதிகள் முகாம்களில் தண்ணீர்த் தொட்டி, சமுதாயக் கூடம் முதலியவற்றை அரசு செலவில் கட்டிக்கொடுத்தார். அகதிகள் முகாம் அளவில் நடந்த கரப்பந்தாட்டப் போட்டியில் வென்றவர்கட்குப் பரிசு கொடுத்து உரையாற்ற ஆட்சியர் உ.சகாயம் அவர்களை உச்சப்பட்டி அகதிகள் முகாமிற்கு அழைத்திருந்தோம். எழுத்தாளர் பா.செயபிரகாசம் அவர்களையும் அந்நிகழ்வில் பேச அழைத்திருந்தோம். ஆனால் அந்நிகழ்விற்கு இரண்டு நாட்களுக்கு முன்பு மதுரை மாவட்டத் திலிருந்து மாற்றப்பட்டார். அந்நிகழ்வு நடக்காமல்போனதில் கியூ பிரிவு அதிகாரிகள் மகிழ்ந்திருப்பார்கள். இவர் பணியிடம் மாற்றப்பட்டது அகதிமக்களுக்கு மிகுந்த மன வருத்தத்தினை ஏற்படுத்தியது. அகதிகள் அவர்மீது கொண்ட பற்று காரணமாக ஆர்ப்பாட்டம்கூடச் செய்ய முனைந்தனர்.

இந்தியாவில் (23, மே 2013) மொத்தமாக 2,84,746 நபர்கள் அகதிகளாக உள்ளனர். இவர்களில் 1,05,634 நபர்கள் எந்த நாட்டையும் சாராதவர்கள். வங்கதேசத்தில் இருந்து 83,484 நபர்களும் இலங்கையில் இருந்து 69,544 நபர்களும் ஆப்கானில் இருந்து 19,115 நபர்களும் அடைக்கலம் புகுந்துள்ளனர். இவர்களைத் தவிர மியான்மரில் இருந்து 6,887 நபர்களும் அமெரிக்காவில் இருந்து 12 நபர்களும் பிரிட்டனில் இருந்து ஆறு நபர்களும் ஈரானில் இருந்து 25 நபர்களும் சீனாவில் இருந்து எட்டு நபர்களும் தென்கொரியாவில் இருந்து ஆறு நபர்களும் இந்தியாவில் அகதிகளாகத் தஞ்சம் புகுந்துள்ளதாக மக்களவையில் மத்திய உள்துறை இணை அமைச்சர் ஜிதேந்திர சிங் தெரிவித்தார்.

இந்தியாவில் தஞ்சமடைந்துள்ள மற்ற நாட்டு அகதிகளுக்குச் சமமாக ஈழத்தமிழ் அகதிகள் வாழ்கிறார்களா என்பது ஆய்வுக்குரியது.

காலச்சுவடு, நவம்பர் 2014

யாருக்காக இந்தப் போராட்டங்கள்?

ஈழத்தமிழர்கள் தங்கள் சுதந்திரத்திற்காக எப்போது போராட ஆரம்பித்தார்களோ அப்போதி லிருந்து தமிழ்நாட்டிலும் ஈழத்தமிழர்களுக்காகப் போராட்டங்கள் ஆரம்பித்து இன்றுவரை நடை பெறுகிறது. நாளையும் நடக்கலாம். அவ்வாறு தமிழ்நாட்டில் நடந்த போராட்டங்களில் மாநில, மத்திய அரசை நோக்கி கோரிக்கைகள் பலவும் முன்வைக்கப்பட்டன. ஆட்சி மாறும்போதும் கோரிக்கைகளும் மாறுதலுக்குட்படுத்தி முன்வைக்கப்பட்டன. இவ்வாறு தமிழ்நாட்டில் முன்னெடுக்கப்பட்ட சிறு குழுக்களின் போராட்டங் களாக இருந்தாலும் பெரும் கட்சிகளின் போராட்டங்களாக இருந்தாலும் ஒட்டுமொத்தத் தமிழகத்தின் போராட்டங்களாகவே இருந்தாலும் போராட்டத்தின்போது முன்வைத்த கோரிக்கைகள் எந்தச் சந்தர்ப்பத்திலாவது முழுமையாக ஏற்றுக் கொள்ளப்பட்டுள்ளதா? அவ்வாறு ஏற்றுக்கொள்ளப் பட்டிருந்தால் ஈழத்தமிழருக்கு என்ன நன்மை ஏற்பட்டன? ஏற்படவில்லை என்றால் யாருக்காக, எதற்காக, இந்தப் போராட்டங்கள்?

'ஈழத்தமிழர்களுக்காக' என்று கோரிக்கைகளை முன்வைத்து எடுக்கப்பட்ட போராட்டங்களினால் ஈழத்தமிழருக்கு நன்மை ஏற்படவில்லை என்றால் இந்தப் போராட்டங்களால் நன்மை அடைந்தவர்கள் யார்?

இவை தட்டையான, சிறுபிள்ளைதனமான கேள்விகள் என்று புள்ளிவிவரத்துடன் பக்கம் பக்கமாகப் பதில் எழுதி என் வாயில் திணித்து என்னைப் பேசாமல் ஆக்குவதும் சுலபம். அப்படித்தான் நான் 23 வருடங்களுக்கு மேலாகப் பேசாமல் தமிழ்நாட்டில் அகதியாக வாழ்ந்து கொண்டிருக்கிறேன். இப்படியான சூழ்நிலையில் நான் அகதி என்று கூறிக்கொள்வதில் இப்போதெல்லாம் எனக்கு அவமானமாக இல்லை. எனக்குப் பழகிப்போய்விட்டது. இது ஒன்றும் புதிது இல்லை.

அங்குள்ள தமிழர்களுக்காகப் போராட்டங்களை நடத்துபவர்கள் இங்குள்ள அகதிகளைச் சுதந்திரமாக வாழவிட்டார்களா?

நான் முகாம் கட்டுப்பாட்டில் வாழ முடியாது என்று கருதி 1998ஆம் ஆண்டு அனுமதி இல்லாமல் முகாமை விட்டு வெளியேறி சென்னை சென்றேன். நான் சென்ற மூன்று மாதத்தில் முகாமில் எனது பதிவு துண்டிக்கப்பட்டது. நான் இந்தக் கதையைக் கூறுவதற்கு முக்கியக் காரணம் உண்டு. சென்னையில் என் நண்பர் அறையில் (LIC எதிரில்) தங்கி நட்சத்திர விடுதியில் பணி செய்தேன். நட்சத்திர விடுதியில், அதுவும் சென்னையில் எந்த ஆதாரமுமின்றி (குடும்ப அட்டை, படிப்பு, சான்று) அகதியாகிய நான் எப்படிப் பணிக்குச் சேர்ந்தேன் என்பது தனிக்கதை. எந்தக் குற்றமும் செய்யாத எந்தப் போராட்டக் குழுவுடனும் தொடர்பில்லாத இந்திய தண்டனைச் சட்டத்திற்கு உட்பட்டு நடக்கக்கூடிய நான் (நான் என்பது அகதி) ஏன் என்னை மறைத்து வாழ வேண்டும்?

நீ சரியான குழப்படிப் பொடியன் என்று என்னுடைய சகோதரி ஒரு தடவை கூறினார். ஏன் என்றேன். மற்றவர்கள்போல் நீயும் வாழ வேண்டியதுதானே என்றாள்.

பணியில் இருக்கும்போது பிரிவு மேலாளரிடம் எனக்கு நல்ல செல்வாக்கு இருந்தது. அவரிடம் உண்மையைக் கூறி (அகதி என்ற) பக்கத்தில் உள்ள காவல் நிலையத்தில் பதிவு செய்ய உதவும்படி கேட்டேன். அதாவது நான் இங்கு வேலை செய்கிறேன் என்பதை உறுதிப்படுத்த ஒரு கடிதம் வேண்டும் என்றேன். அவரும் உதவ முன்வந்தார். ஆனால் தொழிலாளர் அதிகாரி மறுத்துவிட்டார். பின்பு பிரிவு மேலாளர், பொது மேலாளர் மூலம் எனக்கு உதவினார்.

தொழிலாளர் அதிகாரியால் 6 டிசம்பர் 1999 என்ற தேதியிட்ட கடிதம் கிடைத்தது மட்டுமன்றிப் பிரிவு மேலாளர் காவல் நிலையத்திற்குத் தொலைபேசியில் அழைத்து என்னைப் பற்றித் தகவல்களைக் கூறியிருந்தார்

26 தொ. பத்திநாதன்

நண்பருடன் கீழ்ப்பாக்கம் காவல் நிலையம் சென்றேன். ஆய்வாளர் எனது கடித்தை வாங்கிப் பார்த்தார். முன்பு முகாமில் இருந்ததற்கான பல ஆதாரங்களைக் காண்பித்தேன். அவர் பார்த்துவிட்டுக் கூறினார்: நீங்கள் எங்கு தங்குகிறீர்களோ அதற்கு அருகில் உள்ள காவல் நிலையத்தில் போய்ப் பதிவு செய்துகொள்ளுங்கள் என்றார். நான் தங்கியிருந்த இடத்தில் விசாரித்தபோது திருவல்லிக்கேணி காவல் நிலையம் என்று கூறினார்கள். அங்கு சென்றேன். அவர் ஆதிமுதல் அந்தம்வரை விசாரித்துவிட்டு நீங்கள் வசிக்கும் பகுதி சிந்தாரிப்பேட்டை காவல் எல்லைக்கு உட்பட்டது. அங்கே செல்லுங்கள் என்றார். அங்கு காலை–மாலை, மாலை–காலை என்று அலைந்தேன் (இது மிகைப்படுத்திப்பட்டது இல்லை). அவர்கள் மறுத்துவிட்டார்கள். வெளிப்பதிவு தரமுடியாது என்று நீண்ட அலைச்சலுக்குப் பின் பதில் கிடைத்தது. இத்துடன் நான் நிறுத்தவில்லை. கமிஷனர் அலுவலகம் சென்று ஒரு அதிகாரியைப் பார்த்து ஆங்கிலத்தில் எனது கோரிக்கையை நண்பர் மூலமாக எழுதிக் கொடுத்தேன். அவர் பச்சை மையில் கையொப்பமிட்டுப் பதிவு வழங்குமாறு கடிதம் கொடுத்தார். அதை எடுத்துக்கொண்டு சிந்தாரிப்பேட்டை காவல் நிலையம் சென்றேன். அப்போதும் எனக்குப் பதிவு தரப்படவில்லை.

அத்துடன் நான் விடவில்லை. தலைமைச் செயலகத்திற்குக் (அப்போது கருணாநிதி ஆட்சி) கடிதம் எழுதி அனுப்பினேன். அங்கிருந்து எனக்கும் காவல் நிலையத்திற்கும் கடிதம் வந்திருந்தது. காவல் நிலையத்திலிருந்து காவலர் ஒருவர் ஓடி வந்தார். கையோடு என்னை அழைத்துச் சென்றார்.

காவல்நிலைய ஆய்வாளர் தன் அருகில் ஒரு கதிரையில் என்னை அமரச் செய்தார். காவல் ஆய்வாளர் கையில் ஆங்கிலத்தில் அச்சிடப்பட்ட காகிதம் ஒன்று இருந்தது. அதைக் காண்பித்து ஆங்கிலம் படிக்கத் தெரியுமா என்றார். தெரியாது என்று தலையாட்டினேன். அவர் ஒவ்வொரு வரியாகப் படித்துக் காண்பித்து விளக்கினார். அதாவது அரசு ஆணைப்படி முகாமில் உள்ளவர்கள் முகாமிற்கு வெளியே தங்கியிருக்க அனுமதியில்லை. ஆகவே, நீங்கள் வேலை செய்யும் இடத்திற்கு அருகில் உள்ள முகாமில் பதிவுசெய்ய வேண்டும் என்றார். அதையே எழுதிக் கொடுத்துப் புலனாய்வுப் பிரிவுக்குப் போகச் சொன்னார். கூடவே காவலர் ஒருவரையும் அனுப்பினார். அக்காவலர் ஆட்டோவில் அழைத்துச் சென்று (சேப்பாக்கம் என்று நினைக்கிறேன்) புலனாய்வு பிரிவு அலுவலகத்தில் விட்டார். புலனாய்வுப் பிரிவில் ஏதோ கேட்டார்கள், ஏதோ கூறினார்கள். கையெழுத்து வாங்கிக்கொண்டு அனுப்பிவிட்டார்கள். அதே ஆட்டோவில்

அந்தக் காவலரைக் காவல் நிலையத்தில் இறக்கிவிட்டு வந்தேன். அந்த ஆட்டோவிற்கு நான்தான் பணம் கொடுத்தேன்.

அந்தக் காவல் நிலையத்தில் அனைவருக்கும் என் முகம் நன்கு பரிச்சயமானது. நான் அந்தக் காவல்நிலைய எல்லைக்குள் இருக்கக் கூடாது. பணி முடிந்து இரவு தாமதமாக அறைக்கு வரும்போது காவல் வாகனம் LIC எதிரில் நிற்கும். அதைத் தாண்டித்தான் செல்ல வேண்டும். இரண்டு தடவைகள் நான் மாட்டிக்கொண்டேன். இனிமேல் இங்கு இருக்க முடியாது என்று எழும்பூருக்கு எனது இருப்பை மாற்றிக்கொண்டேன். 1998 முதல் 2007 வரை தமிழ்நாட்டில் எங்கும் பதிவு இல்லாமல் வாழ்ந்தேன். இதைப் பற்றிப் 'போரின் மறுபக்க'த்தில் குறிப்பிட்டுள்ளேன். தற்போது நடைமுறையில் முக்கியமான புதிய கதை உள்ளது. கவனிக்கப்பட வேண்டியது.

தவளை தன் வாயால் கெட்டது என்பதைப் போன்றது என் கதை. தற்போது எனக்கு முகாமிற்கு வெளியே அரசு உதவி இன்றி என் உழைப்பில் வாழ அனுமதியளிக்கப்பட்டுள்ளது. வேலை விசயமாக இருசக்கர வாகனம் தேவைப்பட்டது. தவணை முறையில் வாங்குவதைவிட மனைவியின் தாலியை அடைவு வைத்து இருசக்கர வாகனம் ஒன்றைப் புதிதாக வாங்கினேன். அதைப் பதிவு செய்வதற்கு மூன்று மாதம் ஆனது. யார் பேரில் பதிவு செய்திருக்கிறேன் என்பது பரம ரகசியம். உண்மையை இங்கு எழுதினால் நாளை நான் நடந்துதான் செல்ல வேண்டும். 2010இல் வண்டி வாங்கியதும் ஓட்டுநர் உரிமம் கேட்டு விண்ணப்பித்தேன். பழகுநர் பள்ளியில் யாரும் என்னை ஏற்றுக்கொள்ளவில்லை. காரணம் என்னிடம் உள்ள பதிவுத் துண்டு செல்லுபடியாகாது.

வட்டாரப் போக்குவரத்து அலுவலரிடம் நேரடியாக விண்ணப்பித்தேன். அவர் வட்டாட்சியரிடம் கடிதம் வாங்கி வரும்படி கூறினார். நேரடியாக வட்டாட்சியரிடம் சென்றேன். அவர் மறுத்துவிட்டார். மக்கள் குறைதீர்க்கும் நாளன்று (22.11.10 திங்கள்) மனு கொடுத்தேன். அது சுற்றிச் சுற்றி வட்டாட்சியரிடம் வந்தது. அவர் ஒரு கடிதம் கொடுத்தார். அக்கடிதத்தில் வட்டாரப் போக்குவரத்து அலுவலர் தாசில்தாரிடம் ஏன் கடிதம் கேட்கிறார் என்பதை எழுத்துபூர்வமாக எழுதி வாங்கிவரும்படி கேட்கப்பட்டிருந்தது. அந்த முயற்சி தோல்வியில் முடிந்தது.

தற்காலிகமாக ஓட்டுநர் உரிமம் தொடர்பான எனது முயற்சியினை நிறுத்தி வைத்திருந்தேன். ஓட்டுநர் உரிமம் இல்லாமலே வண்டி ஓட்டித் திரிந்த நான் ஒருநாள் வசமாக காவலர்களிடம் மாட்டிக்கொண்டேன். அபராதம் கட்ட

மறுத்ததன் விளைவு காவல் நிலையத்திற்கு அழைத்துச் செல்லப் பட்டேன். அபராதம் கட்ட மறுத்ததினால் காவல் நிலையத்தில் பொழியப்பட்ட வசைமொழிகள் தனிக் கதை.

கடைசியாகத் தலைக்கவசம் அணியாமல் வாகனம் ஓட்டினேன் என்பதாக 100 ரூபாய் அபராதம் கட்டி மறுநாள் எனது இருசக்கர வாகனத்தைப் பெற்றுக்கொண்டேன் அதன் பின்பு உள்துறைச் செயலாளருக்கு (சென்னைக்கு) மனு அனுப்பினேன். அதில் ‘முகாமில் வசிப்பவர்களுக்கு வட்டாட்சியர் கடிதத்துடன் வட்டாரப் போக்குவரத்து அலுவலரை அணுகினால் ஓட்டுநர் உரிமம் கொடுக்கப்படுகிறது. நான் முகாமிற்கு வெளியே வசிக்கிறேன். எனது பதிவு எஸ்.பி. அலுவலகத்தில் வெளிநாட்டவர் பதிவகத்தில் உள்ளது. நான் ஒவ்வொரு ஆறு மாதமும் எனது பதிவைப் புதுபிக்க வேண்டும். எனவே நான் ஓட்டுநர் உரிமம்பெற என்ன செய்ய வேண்டும்’ என்று எழுதிக் கூடவே எனது பதிவு நகலையும் இணைத்து அனுப்பினேன்.

ஒரு மாதம் கழித்து எனக்கு ஒரு கடிதம் வந்தது. அரசாணை 1159இன்படி அகதிகள் முகாம் பொறுப்பு வட்டாட்சியரிடம் கடிதம் பெற்று முகாமில் வசிக்கும் ஆவணங்களுடன் விண்ணப்பித்தால் ஓட்டுநர் உரிமம் பெறலாம் என்று எழுதப்பட்டிருந்தது (மிகச் சுருக்கமாகப் பதிவு செய்கிறேன்).

இந்தத் தகவல் எனக்கு ஏற்கனவே தெரியும். இதையும் எனது மனுவில் குறிப்பிட்டுத்தான் தலைமைச் செயலருக்கு மனு அனுப்பினேன். அதே பதில் வந்தது. கூடவே துணை வட்டாரப் போக்குவரத்து அலுவலகத்தில் நேரில் ஆஜராகும்படி கடிதம் ஒன்றும் வந்திருந்தது. அக்கடிதத்தில் குறிப்பிட்ட தேதியிலிருந்து இரண்டு நாள்(பணிகாரணமாக) கழித்துச் சென்றேன். எனக்குச் சரியான தீர்வு கிடைக்கவில்லை.

மாவட்ட ஆட்சியர் அலுவலகத்தில் முயற்சி செய்தேன். வட்டாரப் போக்குவரத்து அலுவலகம், ஓட்டுநர் பழகுநர் பள்ளி, எஸ்.பி. அலுவலகத்தில் எனது பதிவு புதுப்பிக்கும் அதிகாரி முதல்கொண்டு எனக்குத் தெரிந்த வழிகள் அனைத்திலும் முயற்சி செய்தேன். விடை பூச்சியம். அதுமட்டுமல்ல மறுவாழ்வுத் துறைக்கும் கடிதம் எழுதினேன். பதில் இல்லை.

எனக்குத் தெரிந்த உயர் பதவியிலிருந்து பணி ஓய்வுபெற்ற அதிகாரியிடம் எனது மனுக்கள், வந்த கடிதங்கள் எல்லாம் எடுத்துச் சென்றேன். அவர் யார் யாரிடமோ தொலைபேசியில் பேசினார். கடைசியில் அவரே ஒரு மனுவைத் தயார்செய்து,

தட்டச்சுசெய்து என்ன என்ன செய்ய வேண்டும் என்று விளக்கி அனுப்பிவிட்டார். அவர் கூறியபடி கிராம நிர்வாக *(VAO)* அதிகாரியிடம் சென்றேன். அவர் நான் வசிக்கும் வீட்டு முதலாளியிடம் கடிதம் வாங்கி வரும்படி முதலில் கூறினார். பின்பு எப்படியோ கையெழுத்துப் போட்டுவிட்டார். அதை எடுத்துக்கொண்டு வருவாய்த் துறை *(RI)* அதிகாரியிடம் சென்றேன். அவரும் கையெழுத்துப் போட்டார். பின்பு வட்டாட்சியரிடம் சென்றேன். அவர் மறுத்துவிட்டார்.

தற்போது ஓட்டுநர் உரிமம் இல்லாமல் நான்கு வருடமாக இரு சக்கரம் வாகனம் ஓட்டுகிறேன். போக்குவரத்துக் காவலரிடம் மாட்டிக்கொள்ளும்போது கெஞ்சுவேன். முடியாவிட்டால் அபராதம் கட்டிச் செல்கிறேன். வசைபாடலும் வாங்கிக் கொள்கிறேன்.

என் ஒரு அகதியின் கதை இது. ஆனால் என்னைப் போல எத்தனை பேர் செய்வார்கள். முகாமிற்கு வெளியே என்னைப் போல் முப்பதாயிரம் பேர் ஈழ அகதிகள் இருக்கிறார்கள். இவர்கள் வீட்டுக்கு ஒரு வாகனம் என்றாலும் எவ்வளவு வாகனம் ஓடும். சிலர் டிராவல் ஏஜண்ட்கூட நடத்துவதாகத் தகவல் (சென்னை போன்ற மாநகரில்). நான் விசாரித்தவரை யாரும் முறையாக ஓட்டுநர் உரிமம் பெற்றதாகத் தகவல் இல்லை. முந்தைய ஆட்சியில் மூன்று ஆயிரம் கொடுத்தால் வீட்டுக்கு ஓட்டுநர் உரிமம் வருமென நண்பர் ஒருவர் குறிப்பிடுகிறார். இந்தத் தவறுக்கு யார் காரணம்? அகதியா? அரசா?

ஜனவரி 2013 அரசு கணக்குப்படி 19733 குடும்பங்கள் முகாமில் வசிக்கின்றன. இதில் பாதி குடும்பகளுக்குமேல் இருசக்கர வாகனம் இருக்கிறது. எந்த வாகனமும் அகதிகள் பேரில் இல்லை. ஆனால் ஓட்டுநர் உரிமம் வழங்கப்படுகிறது (முகாமில் வசிக்கிற அகதிகளுக்கு மட்டும்). என்ன வேடிக்கை. இதைப் பற்றிப் பேசுவதற்கு அகதிகளுக்கும் துப்பில்லை. தொப்புள் கொடி உறவுகளுக்கும் துப்பில்லை.

'புள்ளப் பெத்தா காசு தருகிறதாம் அரசு,
ஆனால் வங்கிக் கணக்கு துவக்க முடியல
வங்கியில்தான் காசு தருவாங்களாம்.'

***பூவரசி அரையாண்டு இதழ்*, ஜனவரி 2014**

அகதிகளும் அரசியலும்

இந்திய ஜனநாயக நாட்டில் கறிசோற்றுக்காகக் கொலை செய்வதும் சாத்தியம், கோடி கோடியாய்க் கொள்ளை அடித்துவிட்டு நட்சத்திர விடுதியில் விடிய விடிய நடனமாடுவதும் சாத்தியம். என் எழுத்தைப் பத்திரிகையில் பிரசுரிப்பதும் சாத்தியம் தான். இப்போது நான் எழுதுவதால் எவரிடமோ கையேந்தி விட்டதாக என் ஜனநாயகச் சமூகம் சொல்லலாம். அல்லது யாருக்காகவோ பரிந்து பேசுவதாக அல்லது யாரையோ இகழ்ந்து பேசுவதாகக்கூடச் சொல்லலாம். ஜனநாயகத்தில் இதுவும் சாத்தியம்.

என் உளவியல் கோளாறு உச்சந்தலைக்குள் குடைவதால் எழுதுகிறேன் என்றால் நம்பலாம் நம்பாமலும் போகலாம். ஒரு தடவை ப.செயப் பிரகாசம் அவர்களுக்கு ஒரு கடிதம் எழுதினேன். அதில் ஈழத்தமிழனைப் பார்த்து இங்குள்ள அரசியல் கட்சிகள் பரிதாபப்படுவதுபோல் நடிப்பது எனக்குக் கேவலமாக இருக்கிறது என்று குறிப்பிட்டேன். அவர் தன் பதில் கடிதத்தில் அந்த நிலையில்தானே ஈழத்தமிழர்கள் இருக்கிறார்கள் என்றார். நான் மறுபடியும் கடிதம் எழுதவில்லை. காரணம் என்னிடம் மறுத்துச் சொல்ல ஆதாரம் இல்லை.

ஈழத்தில் நடந்தது, நடக்கிறது, நடக்கப் போவது அனைத்தும் எல்லா ஊகங்களும் வெளிப்பட்டாகிவிட்டது. அதனால் அனைத்தும் தெரியும். புதிதாக அங்கு ஒன்றும் நடந்துவிடப் போவதில்லை. காங்கிரஸ்காரர்களைக் கேட்டால்

அங்கு ஜனநாயகம் இப்போதுதான் மலர்ந்திருக்கிறது என்று ராஜபக்ஷவுக்கு நற்சான்றிதழ் தருவார்கள்.

ஈழத்தில் நடந்தது எல்லோருக்கும் தெரிந்ததைவிட ஈழத்தை முன்வைத்துத் தமிழ்நாட்டில் எவ்வளவு நாடகங்கள் தத்ரூபமாக அரங்கேறின என்பது தமிழ்நாட்டில் உள்ள அனைவருக்கும் அதிகமாகவே தெரியும். அவை நாடகங்களல்ல, ஆத்மார்த்தமானவை; தொப்புள்கொடி உறவுக்கான போராட்டம் என்று யாராவது கூறுவார்களாக இருந்தால் ஒன்றைக் கவனிக்கவும்.

ஆத்மார்த்தமானது உங்கள் அறவழிப் போராட்டமாக இருந்திருந்தால் அது கண்டிப்பாக ஒரு மாற்றத்தை ஏற்படுத்தி யிருக்க வேண்டும். உங்கள் போராட்டத்தால் ஈழத்தில் ஏதாவது நல்ல மாறுதல் நடந்ததா? (முத்துக்குமார் உட்பட சிலர் உணர்ச்சி வேகத்தில் எடுத்த முடிவுபற்றி நான் பேசவில்லை. பெரும்பான்மை அரசியல் கட்சிகள் குறித்துப் பேசுகிறேன்.) உங்களுடைய இத்தனை ஆண்டு அறவழிப் போராட்டத்தால் ஈழத்தில் ஒரு சருகுதன்னையும் மாற்ற முடியவில்லை என்றால் உங்கள் போராட்டங்கள் அனைத்தும் நாடகங்கள் என்பது தவிர வேறு என்னவாக இருக்க முடியும். சினிமாவைப் பார்த்து ஓட்டுப்போட்டுப் பழக்கப்பட்ட நாம் வெறும் நாடகத்திற்கு ஓட்டுப்போட்டுப் பழக்கப்படவில்லை. அதனால் நாடகத்தால் நாம் வெற்றி பெறவில்லை.

ஈழத்தமிழர்களுக்கு ஜனநாயகமில்லை, ஒற்றுமையில்லை, சகோதரப் படுகொலையென இன்னும் எவ்வளவோ காரணங்கள் கூறலாம். ஆனால் அத்தனையும் சுதந்திரம் பெற்ற உங்களால் தமிழக மீனவர்கள் கொல்லப்படுவதைத் தடுத்து நிறுத்த முடியவில்லையே ஏன்? (காவிரி, முல்லை பெரியார் பற்றி எல்லாம் பேச வரவில்லை). 60 ஆண்டுகாலக் காங்கிரஸ் ஆட்சியும் 40 ஆண்டுகாலத் திராவிடக் கட்சிகளும் நமக்குக் கற்றுக்கொடுத்தது என்ன? முடிந்தால் குடும்பத்திற்காகக் கொள்ளையடிக்க வேண்டும். நம்மை அடிப்பவன் காலில் விழ வேண்டும். முன்னாள் ஜனாதிபதி அப்துல்கலாம் கூறுவது போல் அடிவாங்கிய காயத்திலிருந்து ரத்தம் பீறிட்டுப் பாய்வதைப் பார்த்துக்கொண்டே அடித்தவனை மன்னித்துவிட்டேன் என்று கட்டியணைத்து முத்தமிட வேண்டும்.

நமது நாடகத்தின் ஒரு பகுதியாக ராஜபக்ஷவைத் தூற்றினோம்; கொடும்பாவி எரித்தோம்; அவன் படத்தைச் செருப்பால் அடித்தோம். இது நியாயமானதா என்று சுய பரிசோதனை செய்தோமா?

தொ. பத்தினாதன்

அரசியல் நியாயப்படி பெரியண்ணன் நாட்டாமை அமெரிக்காக்காரன் இலங்கைக்கு எதிராக ஐ.நா.வில் தீர்மானம் கொண்டு வந்திருக்கக் கூடாது. மாறாக உலகில் முதன்மையான, புத்திசாலியான சிறந்த தலைவர் என்று ராஜபக்ஷவுக்கு விருது கொடுத்திருக்க வேண்டும்.

ராஜபக்ஷ தமிழர்களைக் கருவறுக்கிறேன் என்று கூறி வாக்குக் கேட்டார். அம்மக்கள் (சிங்கள) அவனை நம்பி வாக்களித்தார்கள். வாக்களித்த மக்களின் உணர்வைப் புரிந்து கொண்டு அம்மக்களுக்கு அளித்த வாக்குறுதியை ராஜபக்ஷ நிறைவேற்றினார். எந்த உணர்வைக்கொண்டு ஆட்சிக்கு வந்தாரோ அந்த உணர்வுகளை ராஜபக்ஷ திருப்திபடுத்தினார். யாரைக் கொண்டு திருப்திபடுத்தினான். எதிர் எதிர் நாடுகளான சீனா, இந்தியாவை வைத்து அவர் நாட்டு மக்களின் தேவைகளைப் பூர்த்தி செய்தார். இந்தியாவையும் சீனாவையும் சமநிலையுடன் கையாண்டு அவன் நாட்டுத் தேவையைப் பூர்த்தி செய்வது சாதாரண விடயமில்லை. கத்திமேல் நடப்பது போன்றது. ஆனாலும் இன்றுவரை ராஜபக்ஷ வெற்றி பெற்றுக்கொண்டுதானே இருக்கிறார். அவருக்கு ஏன் விருது தரக் கூடாது.

ராஜபக்ஷ தமிழர்களை வைத்து அரசியல் செய்தார். வாக்களித்த மக்களையும் ஏமாற்றாமல் வாக்குறுதியை நிறைவேற்றினார்.

தமிழ்நாட்டில் தமிழர் என்ற உணர்வை வைத்து யார் ஆட்சிக்கு வந்தார்கள் என்பதும் அவர்கள் நாற்பதாண்டு காலமாக வாக்களித்த மக்களுக்கு என்ன செய்தார்கள் என்பதும் ஈழத்தமிழர் அகதியாகிய என்னைவிட வாக்களித்தவர்களுக்கு நன்றாகத் தெரியும்.

ஈழப் போராட்டத்தின் பின்னடைவிற்கு அரசியல்ரீதியாக, ஜனநாயகரீதியாக ஒரு நல்ல தலைமை இல்லாமல்போனது, வழிநடத்தாமல் போனது, ஆயுதப் போராட்டத்திற்கு வழிவகுத்தது எனக் காரணங்கள் பல உண்டு. ஆனால் தமிழகத்தில் நல்ல தலைவர்கள் சிலர் இருந்தும் அவர்களை அங்கீகரிக்க விடாமல் செய்வது நல்ல அறிகுறியாக இல்லை. நாளைய தமிழ்நாடு இன்றைய ஈழம் மாதிரி ஆனாலும் ஆச்சரியப்படுவதற்கில்லை.

ஈழத்தமிழர்களுக்காக எத்தனையோ நாடகங்களை அரங்கேற்றம் செய்த நாம் தமிழ்நாட்டில் வாழ்கிற (3.11.2009 அரசு கணக்குப்படி மொத்த அகதி முகாம்கள் 115, 26 மாவட்டங்கள், 19,340 குடும்பங்கள், 73,241 நபர்கள், முகாமுக்கு வெளியே 11,288 குடும்பங்கள் 31,302 நபர்கள். மொத்தம் 1,05,043

தமிழகத்தின் ஈழ அகதிகள் 33

ஈழத்து அகதிகள் தமிழ்நாட்டில் வாழ்கிறார்களா) ஈழத்தமிழ் அகதிகளுக்காக ஒரு நாடகமாவது அரங்கேற்றினோமா? இவர்கள் ஐரோப்பாவில் வாழும் பணக்கார அகதிகள் மாதிரி வாழ்கிறார்கள். பணக்கார அகதிகள் கூப்பிட்டால் அரக்கப் பறக்க அகதி முகாமில் உங்களால் கால் வைக்க முடியுமா? அரசு அனுமதியில்லாமல் பத்திரிகையாளர்கள் உட்பட எவரும் உள்ளே வர அனுமதியில்லை. சிறுவியாபாரிகளும் தவணைக்காரர்களும் மட்டும் கண்டுகொள்ளப்படுவதில்லை. ஏன் இந்தப் போக்கு? ஒரு முகாமிலிருந்து வேறு முகாமிற்கு அனுமதியில்லாமல் போக முடியாது. கூலி வேலையானாலும் முகாமை விட்டு வெளியே போகும்போதும் உள்ளே வரும்போதும் நேரம் குறிப்பிட்டுக் கையொப்பம் வைக்க வேண்டும்.

உதவித்தொகை கொடுக்கும்போது குடும்பத்தினர் அனைவரும் இருக்க வேண்டும். தணிக்கையின்போது இருக்க வேண்டும். ஒவ்வொரு முகாமிலும் ஒவ்வொரு நடைமுறை. எனக்குத் தெரிந்து ஏழாம் வகுப்பு படிக்கும் சிறுவர்கள்கூட கையொப்பம் இட்டுத்தான் அரசிடம் தனக்கான உதவித் தொகையைப் பெறுகிறது.

ஒரு அகதிமுகாமில் உள்ள சிறிய பெட்டிக் கடையில், துண்டுக் காகிதத்தில்,

க்யூ பிரிவு அறிவிப்பு

இரண்டு சக்கர வாகனம், மூன்று சக்கர வாகனம், நான்கு சக்கர வாகனம் வைத்திருக்கும் நபர்கள் ஆர்.சி.புக், ஓட்டுநர் உரிமம், சான்று இரண்டையும் ஜெராக்ஸ் எடுத்து க்யூ பிரிவில் நாளை நண்பகல் 21.01.2012, 12 மணிக்குள் கொடுக்க வேண்டும்.

இப்படிக்கு
க்யூ பிரிவு

என்று எழுதப்பட்டு இப்படிக்கு என்ற இடத்தில் க்யூ பிரிவு அதிகாரி ஒருவரின் ஒப்பம் இடப்பட்டுள்ளது. இதுபோல் தணிக்கைக்கு ஆஜராக வேண்டும்; தவறுபவர்கள் மீது வழக்குப் பதிவு செய்யப்படும். எதற்கு இது? இதுபோன்ற க்யூ பிரிவுக்காரர்களின் தொந்தரவு உளவியல் ரீதியான அடக்குமுறைகள், வருவாய்த்துறை அதிகாரிகள் வசைபாடல் என்பதெல்லாம் சொல்லி மாளாது.

அவர்கள் கூற்றுப்படி தீவிரவாதம், வேர் பிடுங்கப்பட்டு விட்டது. பின் எதற்கு இன்னும் இந்தக் கட்டுப்பாடு. மனிதனுக்கு மனிதனை அடிமைப்படுத்துவதில் பேரானந்தம் போல.

தண்ணீர் இல்லை, மின்சாரமில்லை, கழிவறையில்லை, ரேசன் கடையில்லை. 90களில் கட்டிக் கொடுத்த ஓலைக் கொட்டில் இன்றுவரை அப்படியே இருக்கிறது. இத்தனையும் மனிதன் வாழத் தேவையில்லாமல்கூட இருக்கலாம். ஆனால் சுதந்திரம் மட்டுமாவது வேண்டாமா?

நெல்லுக்குப் பாய்வது புல்லுக்கும் பாய்வது போல ஆட்சி மாறும்போது இலவசங்களும் அகதி முகாமிற்குள் எட்டிப் பார்க்கிறது. மனிதன் வாழத் தேவையானது இலவசமா, சுதந்திரமா? 1991க்குப் பின்பு வந்த அகதிகள் மீது கட்டுப்பாடுகளை விதித்தது. இது எதன் அடிப்படையில் என்றால் ஐ.நா. சபையில் அகதிகளுக்கான சட்டத்தில் ஒரு பிரிவு இவ்வாறு கூறுகிறது: 'அகதிகள் எந்த நாட்டில் தஞ்சம் அடைந்திருக்கிறார்களோ அந்த நாட்டு மக்களுக்கு அகதிகளால் குந்தகம் ஏற்பட்டால் அகதிகளைக் கட்டுப்படுத்தலாம்.' அது மட்டும்தான் இந்த அரசுகளுக்குத் தெரிந்தது. அதே அகதிகள் சட்டத்தில் வாக்களிக்கும் உரிமை, அரசியலில் ஈடுபடும் உரிமை தவிர்த்து அனைத்து உரிமைகளும் அகதிகளுக்கு உண்டு என்றும் அச்சட்டம் கூறுகிறது. இது அன்று, 1991இல் கணக்கிலெடுத்துக் கொள்ளப்படவில்லை. இன்றுமா அச்சட்டம் பற்றித் தெரியவில்லை. நாம்தான் அகதிகளுக்கான சட்டத்தில் கையெழுத்திடவில்லையே; பின்பு அதை ஏன் மதிக்க வேண்டும்?

ஐக்கிய நாடுகள் சபையின் அகதிகளுக்கான சட்டத்தில் இந்தியா கையெழுத்திடவில்லை. அதனால் அகதிதானே, எது வேண்டுமானாலும் யார் வேண்டுமானாலும் என்ன வேண்டுமானாலும் செய்யலாம். இப்படியும் இன்னும் மோசமாகவும் அகதிகள் முகாமிருக்க நாம் கறுப்பு, சிவப்பு, வெள்ளை, மஞ்சள், பச்சை என்று வண்ணமிட்ட வேட்டி கட்டி, கஞ்சி போட்ட சட்டை போட்டுக் கொள்ளையடித்த காசில் மேடை போட்டுக் காசு கொடுத்து, லாரி லாரியாகக் கூட்டத்தைக் கூட்டி, உணர்ச்சி பொங்கத் 'தமிழனுக்கு ஒரு இழுக்கு என்றால் தலையைக் கொடுப்போம், தலையைக் கொடுப்போம்' என்று பேசியதோடு நில்லாமல் 'ஏய் ராஜபக்ஷ, நீ முதலில் பயங்கரவாதத் தடைச் சட்டத்தை நீக்கு, தமிழனை அடிமைப்படுத்துவதை நிறுத்து' என்று பேச நமக்கு முதலில் என்ன யோக்கியதை இருக்கிறது?

பக்கத்து வீட்டுக்காரன் போடும் குப்பை நாறுது நாறுது என்று கூப்பாடு போடுகிறோம். ஆனால் நம் வீட்டில் இருக்கும் குப்பையைச் சுத்தம் செய்கிறோமா? இதில் எதைச் சுத்தம் செய்ய வேண்டும்?

1991க்குப் பின்பு ஆட்சியும் மாறியது. இலவசங்களும் மாறியது. முள்வேலிக் கம்பியில்கூடப் புதிய தொழில்நுட்பத்தில் மாற்றம் வந்திருக்கிறது. ஆனால் அகதிகளுக்கான கட்டுப்பாடுகள் மட்டும் மாறவேயில்லை. ஐ.நா. சபை அகதிகளுக்கான சட்டத்தில் குறிப்பிட்டதுபோல வாக்களிக்கும் உரிமை, அரசியலில் ஈடுபடும் உரிமை தவிர்த்து அனைத்து அடிப்படை உரிமைகளும் அகதிகளுக்கு வழங்க வேண்டும்.

தொண்டை வலிக்கிறது. மூச்சு விட முடியவில்லை. குரல்வளையை நெரிப்பதை நீங்கள் முதலில் நிறுத்துங்கள். நாங்களும் வருகிறோம். உங்களுடன் சேர்ந்து ராஜபக்ஷவுக்கு எதிராக உட்கார்ந்து குரல் கொடுக்க.

இலங்கையில் சிங்களவர்களிடத்தில் அடிமையாக வாழ்வது கேவலமா? தமிழ்நாட்டிலே தமிழர்கள் வாழும் பகுதியில் 'தொப்புள் கொடி உறவு' என்று அடிமையாக வாழ்வது கேவலமா?

சிங்கள மக்கள் இனத்தால் மொழியால் வேறுபட்டவர்கள். நாம் இனத்தால் மொழியால் பண்பாட்டால் ஒன்றுபட்டவர்கள் என்பதை ஞாபகப்படுத்த அவசியமில்லை.

அகதிகளின் அடிமை வாழ்க்கை

'முந்தைய வல்லாட்சிகளில் குடிகள் தாம் இடம் பெயர்ந்து செல்லும் உரிமையைக் கட்டுப்படுத்தி, வெளிப்படையான கட்டுப்பாடுகளினாலும் அரசு அதிகாரம் ஊட்டிய அச்ச உணர்வினாலும் தம் அடிமை நிலையை மக்கள் ஏற்றுக்கொண்டனர். ஆனால் வருங்காலக் குடிகள் தம் வாழ்க்கையின் மூலத்திலேயே கட்டுப்படுத்தப்படுவதால் தம் அடிமை நிலையை விரும்பி அதைச் சுதந்திரம் என்பர்' – வில்லியம் லெஸ்ய். இக்கூற்று இன்று ஈழத்தமிழனுக்கு மிகவும் பொருத்தமான கூற்று.

ஈழத்திலிருந்த நண்பரிடம் ஊர் பிரச்சினையைப் பற்றித் தொலைபேசியில் பேசினேன். அவர் தொலைபேசியில் அரசியல் பேச முடியாது. பக்கத்தில் நிற்பது ஒரு CID போலிஸாகவும் இருக்கலாம் என்றுகூறிப் பேச மறுத்துவிட்டார். இது ஈழத்து நிலைமை. எதுவும் வாய்திறந்து சுதந்திரமாகப் பேச முடியாது. இது யாவரும் அறிந்த ஒன்றுதான். ஆனால் தமிழகத்திலும் ஒரு லட்சம் அகதிகள் இருக்கிறார்களே. யாருக்காவது ஞாபகமிருக்கிறதா? அவர்களின் தற்போதைய நிலை என்ன தெரியுமா?

தமிழ்நாட்டுக்கே பெருமை சேர்த்துக் கொண்டிருக்கும் சாராயம் அகதிமுகாமிற்குள் ஆறாக ஓடுகிறது. ஆண்களும் பெண்களும் அதில் மிதக்கின்றனர். முகாம்கள் அமைந்திருக்கும் இடத்திற்கு அருகில் உள்ள ஊர்களில் கேட்டால்

கூறுவார்கள், முகாமில் யார் யார் விபச்சாரத் தொழில் செய்கிறார்கள் என்று. இது முகாமில் உள்ளவர்களுக்குச் சரியாகத் தெரியாது. சிலர் எய்ட்ஸ் நோயால் இறந்ததாகத் தகவல் வருகிறது (இலங்கையில் தமிழர் பகுதியில் அரசே விபச்சாரத்தை ஊக்குவிப்பதாகத் தகவல்). ஆடவர்களின் மனநிலையை மாற்ற இந்த முயற்சியும் செய்யப்படுகிறது.

சிறுவர்களாக இருந்தபோது இங்கு அகதியாக வந்தவர்களுக்கு இங்கு பிறந்து வளர்ந்த இளம் பிள்ளைகளுக்கும் ஈழம் என்றால் என்ன, நாம் இழந்துகொண்டிருப்பது என்ன என்ற எந்தத் தகவலும் தெரியவில்லை. மதுபானக்கடையில் எத்தனை வகை சாராயம் என்ன விலைக்குக் கிடைக்கும் என்ற தகவல் சரியாகத் தெரிகிறது.

ஒருகுடம் தண்ணீர் மூன்று ரூபாய்க்கு விற்கிறது. அதுவும் ஒரு குடும்பத்திற்கு. அதற்குமேல் அந்தத் தொண்டு நிறுவனத்தால் முடியவில்லை. ஒரே ஒரு அடிகுழாய் மட்டும் நடு இரவு மூன்று மணி நான்கு மணிவரை ஓயாமல் உழைத்துக் கொண்டிருக்கிறது. பாவம் அந்தக் குழாய் மட்டும் என்ன வரம் வாங்கி வந்ததோ? காதல், சடங்கு, சம்பிரதாயம், சாராயம், சண்டித்தனம் எல்லா எழவும் எப்போதும்போல் நடக்கிறது. அத்துடன் ஒன்றிரண்டு தவணைக்காரன் வந்த இடத்தில் இப்போது ஒன்பது, பத்து தவணைக்காரர்களாகப் பெருக்கெடுத்திருக்கிறார்கள்.

இளங்கலைப் பட்டப் படிப்புகளில் மட்டுமே தலைகாட்டித் திரிந்த அகதிகள்முகாமில் பலர் இந்தாண்டுமுதல் மருத்துவம், பொறியியலுக்கு முன்னேறியிருக்கிறார்கள். என்ன நடந்தால் என்ன, நடக்காவிட்டால் என்ன? 21 வருடங்களாக அதே அகதி. இது இன்னும் எத்தனை ஆண்டுகளுக்குத் தொடருமோ யாருக்குத் தெரியும்?

அன்று ஒருநாள் காலையில் முகாம் முழுவதும் பரபரப்பாகக் காணப்பட்டது. ஒவ்வொருவரும் கையில் வெள்ளைப் பேப்பருடன் அங்கும் இங்கும் அலைந்து கொண்டிருந்தார்கள். படித்தவர்களைத் தேடித் தேடிப் படிக்காதவர்கள் மனு எழுதிக்கொண்டனர். ஆணையர் வருவதாக ஒரு தகவல். இல்லை, மாவட்ட ஆட்சித் தலைவர் வருவதாக ஒரு தகவல். இல்லை, யாரோ அமைச்சர் வருவதாக ஒரு தகவல். இப்படித் தகவலுக்கு மட்டும் எப்பவும் குறையிருந்ததில்லை. பின்புதான் யார் வந்தார்கள் என்ற உண்மை தெரியும்.

பாலர் பாடசாலைக்காகத் தொண்டு நிறுவனங்கள் கட்டிய, சிறிய சீட்போட்ட கட்டடங்கள் சில முகாம்களில் ரேசன்

கடையாக மாறியிருக்கிறது. ரேசன் கடை கட்டுவதற்கு அரசிடம் பணமில்லை; நேரமில்லை. இவ்வாறு தொண்டு நிறுவனத்தால் கட்டப்பட்ட கட்டடத்திற்கு அருகில் ஒரு மரத்தடியில் (அது அவர்களாக வைத்து உருவாக்கியது) ஒரு மேஜை. மேஜை மேல் ஒரு விரிப்பு. அருகில் நான்கைந்து கதிரைகள் போடப்பட்டிருக்கும். க்யூ பிரிவுக்காரன் ஆணையருக்கு முன்னாடியே வந்து தயாராக நிற்பான். இந்த அகதிகள் அப்போது தன் குல தெய்வத்தை இரண்டு விசயத்திற்காக வேண்டி நிற்பான். தன்னைப் பெரிய அதிகாரியிடம் போட்டுக் கொடுத்துவிடக் கூடாது என்பது ஒன்று. பெரிய அதிகாரி தன்னிடம் எதுவும் கேள்வி கேட்டுவிடக் கூடாது என்பது இன்னொன்று.

பதினொரு மணிக்கு வருவதாகத் தகவல். மணி ஒன்று ஆகிவிட்டது. இன்னும் வரவில்லை. வருவார்களா? மாட்டார்களா? பெரிய அதிகாரியைப் பார்த்துத் தனது பிரச்சினைகளை மனுவாக எழுதி வைத்திருந்தவன் ஒருநாள் பிழைப்புப் போனதுதான் மிச்சம். எவரும் வரவில்லை. பெரிய அதிகாரி என்பதால் எவ்வளவு வேலைகள் அவர்களுக்கு இருக்கும். அகதிகள் என்ன அவ்வளவு முக்கியமானவர்களா?

திடீரென்று ஒருநாள் சரசர என்று நான்கைந்து வாகனங்களில் போலீஸ்காரர்கள் வந்து நிற்பார்கள். பாதி எழுதி எழுதாத மனுவுடன் மக்கள் கூட்டமாக முன்னாடி அமர்ந்திருப்பார்கள். கதிரையில் அமர்ந்துகொண்டு 'உங்களுக்கு என்ன பிரச்சனை, சொல்லுங்கள்' என்று அதிகாரி கேட்பார்.

எவரும் எதுவும் பேசமாட்டார்கள். அமைதியாக இருப்பார்கள். அதிகாரி மறுபடியும் கொஞ்சம் அதட்டலாகக் கேட்ட பின்பு எல்லாம் தெரிந்தவராகக் காட்டிக்கொள்ளும் ஒருவர் எழுந்து கையைக் கட்டிக்கொண்டு பவ்யமாகக் கூனிக்குறுகி நின்று ஒரு அறிக்கை வாசிப்பார்.

'அய்யா, முன்பு மின்சாரமில்லை. இப்ப மின்சாரக் கம்பியிருக்கு, மின்சாரமில்லை. முன்பு குடிநீர் இல்லை. இப்ப குடிநீர் குழாயிருக்கு, குடிநீர் இல்லை. ஓலைக் கொட்டில் ஒழுகுது. ரேசன் கடையில்லை.' இப்படியே அடுக்கிக்கொண்டே போய் நிறுத்துவார். வந்த உயர்அதிகாரி பக்கத்திலிருக்கும் வட்டாட்சியர், வருவாய்த்துறை அதிகாரியைப் பார்ப்பார். அவர்கள் காதில் ஏதோ இரகசியம் கூறுவார்கள். எழுதிய மனுக்களை எல்லாம் வாங்குவார். ரேசன் கடைக்காரனும் க்யூ பிரிவுக்காரன் மாதிரி விழி பிதுங்க ஓரமாக நிற்பான். 'சரி நான் உங்கள் பிரச்சினை எல்லாம் தீர்த்து வைக்கிறேன். எல்லாம் சரியாகிவிடும்' என்று கிளம்பிவிடுவார். அது அவருக்கு ஒரு

எடுபிடியை உருவாக்கிக் கொடுக்கும். அன்று மட்டும் அரசுத் துப்புரவுப் பணியாளர் விளக்குமாறுடன் அதிகாரியின் கண்ணில் படும்படியாக நிற்பார். அவரை அன்று மட்டும்தான் பார்க்க முடியும். என்ன வேடிக்கை. அப்படி வாங்கும் மனுக்களை எல்லாம் என்னதான் செய்வார்களோ தெரியவில்லை. இது ஒருநாள் இரண்டு நாளில்லை. 21 வருடமாக இதுதான் நடக்கிறது. சகல உரிமையும் பெற்ற தன் நாட்டு மக்களையே அலட்சியப்படுத்தும் அதிகாரிகள், அரசியல்வாதிகள் கேட்பதற்கு நாதியற்ற அகதிகளையா கண்டுகொள்ளப் போகிறார்கள்.

தங்கள் குறைகள் அனைத்தையும் உயர் அதிகாரியிடம் கூறிவிட்டதாகவும் தங்கள் பிரச்சினை தீர்ந்துவிடும் என்றும் அகதிகள் நம்பினார்கள். நம்பிக் கொண்டும் இருக்கிறார்கள். அந்த ஆட்சியில் செய்யமாட்டார்கள், இந்த ஆட்சியில் செய்வார்கள், புதிதாக வந்திருக்கும் உயர் அதிகாரி நல்லவர், அவர் செய்வார் என இப்படிப் பேச்சுகள் எழுந்தாலும் இதில் நம்பிக்கையில்லாமல் தங்கள் பிழைப்பைப் பார்க்கிறவர்களும் இருக்கிறார்கள். ஒரு முகாமிலிருந்து வேறு முகாமிற்குப் பதிவுமாற்றல் வாங்குவதற்காகவும் பக்கத்து மாவட்டமானாலும் வேறு முகாமிலுள்ள உறவினர், நண்பர்களைப் பார்ப்பதற்கு அனுமதி வாங்குவதற்காகவும் இந்த அதிகாரிகளைத் தொங்குவதும் கெஞ்சுவதும் காத்திருப்பதும் ஈழப்பிரச்சனை மாதிரி முடிவில்லாதது. சில அதிகாரிகள் அலுத்துக்கொள்கிறார்கள், எரிச்சல்படுகிறார்கள். என்ன செய்ய?

ஆந்திராவில் நிகழ்ந்த ஆசாத் கொலை வழக்கு பற்றி வரவர ராவ் மதுரையில் கூட்டம் போட்டுப் பேசினார். நம்மில் சிலர் ஈழப்பிரச்சனை பற்றி டெல்லிவரை சென்று பேசியிருக்கிறோம். ஆனால் பக்கத்து மாநிலத்தில் பேசினோமா என்பது ஒரு கேள்வி. இருக்கட்டும். அந்த வரவர ராவ் கூட்டத்திற்கு நானும் முகாமில் உள்ள ஒரு நண்பரும் போயிருந்தோம். அதற்குப் போக வேண்டும் என்ற ஆர்வமோ உள்ளுணர்வோ இருக்கவில்லை. வேறு ஒரு நண்பரைப் பார்க்கச் சென்றோம். அவர் அந்தக் கூட்டத்தில் இருப்பதால் அவரைப் பார்க்க அங்கு சென்றோம். சீருடை அணியாத காவலரும் புலனாய்வு க்யூ பிரிவுப் போலீஸும் அதிகமாகவே இருந்தார்கள். அதில் என்னைக் கண்காணிக்கும் க்யூ பிரிவுக்காரனும் இருந்தான். நான் அவனைப் பார்த்தேன். அவன் என்னைக் கவனிக்கவில்லை. அவன் கண்ணில்படாமல் என்னால் வந்திருக்க முடியும். ஆனால் அதை நான் விரும்பவில்லை. அந்தக் கூட்டம் தடை செய்யப்பட்ட இரகசியக் கூட்டமும் இல்லை. அதற்கு நான் போகக் கூடாது என்று எந்தச் சட்டமும் இல்லை. முகாம் நண்பரிடம் க்யூ பிரிவுக்காரன் நிற்பதைக்

கூறினேன். அவர் ஏதோ சிங்கள ராணுவத்தைப் பார்த்த மாதிரி பயந்து நடுங்கினார். மாற்றுப் பாதையில் போகலாம் என்றார். நான் கூட்டம் முடிந்ததும் சாவகாசமாக வந்து எனது இருசக்கர வாகனத்தை எடுத்து அவரையும் ஏற்றிக்கொண்டு எப்போதும் செல்லும் பாதை வழியாக வந்துகொண்டிருந்தேன். தொலைபேசி அழைத்தது நான் எடுக்கவில்லை. முகாம் நண்பரின் தொலைபேசி அழைத்தது. க்யூ பிரிவுக்காரன் பேசினான். ‘மணி ஒன்பதாகிவிட்டது. இப்போது எதுவும் பேச முடியாது. அலுவலகம் வர முடியாது. எதுவானாலும் காலையில் பேசலாம்’ என்று கூறிவிட்டுப் புறப்பட்டோம்.

ரயில்வே கிராசிங்கில் நின்று கொண்டிருந்தோம். பின்னாடி உட்கார்ந்திருந்த நண்பர் புலம்பித் தள்ளிக்கொண்டிருந்தார். வேகமாக வந்த இருசக்கர வாகனம் கீறீச்சிட்டு பிரேக் போட்டு பக்கத்தில் நின்றது. க்யூ பிரிவு உதவி ஆய்வாளர் வண்டியை ஓட்டி வந்திருந்தார். பின்னால் உதவி ஆய்வாளர் என்னைப் பார்த்து ‘நீ யார்?’ என்றார். தெனாவட்டாகப் பதில் கூறினேன். ‘உங்களுக்குப் பின்னாடியிருக்கிறாரே அவரிடம் என்னைப் பற்றிக் கேளுங்கள்’ என்று. அவர் முகம் சிவந்து போய்விட்டது. அவர் அனுபவத்தில் எந்த அகதியும் இப்படி ஒரு பதிலடி கொடுத்திருக்கமாட்டார் போலும். உதவி ஆய்வாளர் எனது நண்பரை ஏற்றிக்கொண்டார். மற்றவர் எனது வண்டியில் ஏறிக்கொண்டார். அவர்கள் அலவலகத்திற்கு முன்புள்ள தெருவில் வைத்து எங்கள் இருவரையும் மிரட்டிப் பின் பரிவு காட்டுவதுபோல் நடித்து, நாளை அலுவலகம் வரும்படியும் கேட்டுக்கொண்டார்கள்.

உதவி ஆய்வாளர் கோபத்தை என்மேல் காட்டத் தவறவில்லை. தடித்த வார்த்தைகளைப் பயன்படுத்தினார். முகாம் நண்பர் படாதபாடு பட்டார், அவர் பயத்தை மறைக்க. பாவம் அவர்களை அப்படித்தான் குட்டிக் குட்டிப் பழக்கியிருக்கிறார்கள், இந்த அதிகாரிகள்.

அடுத்த நாள் மாலை ஐந்து மணியளவில் க்யூ பிரிவு அலுவலகத்திற்கு நான் வரவில்லை என்றேன். அகதிமுகாம் நண்பர்தான் இல்லை போகலாம் என்றார். அப்பா பெயர், ஆத்தா பெயர், வீட்டில் உள்ள ஆட்டுக்குட்டி பெயர் எல்லாம் கேட்டு எழுதினார்கள். இது பலமுறை கொடுத்தாகிவிட்டது. இது ஒன்றும் புதிது இல்லை. சற்று நேரத்தில் மேலதிகாரி மாடியிலிருந்து இறங்கி வந்தார். இருக்கையில் அமர்ந்தார். இரவு ஒன்பது மணிவரை பேசினார். ஏதாவது கதை சொல்லிவிட்டு அல்லது மிரட்டிவிட்டு அனுப்புவார் என்றுதான் ஆரம்பத்தில் நினைத்தேன். ஆனால்

அவர் தொடர்ந்து பேசிக்கொண்டிருக்கவே 'நான் பேசுவதை நீங்கள் கவனிப்பீர்கள் என்று எனக்குத் தெரியும், இருந்தாலும் நான் பேசுகிறேன்' என்று கூறிப் பேச ஆரம்பித்தேன் (என்னுடைய கிரோசம் இங்கு தேவையில்லை).

வரவர ராவ் 'ஆசாத்தை அரசு வஞ்சகத்தனமாகப் பேச அழைத்து எண்கவுண்டரில் கொண்டுவிட்டதாக அவர்கள் தரப்பு நியாயத்தைப்' பேசினார். ஆனால் இவர் அரசு தரப்பு நியாயத்தைப் பேசினார். வேறு எந்த விசாரணையும் அவர் செய்யவில்லை. அவர் பேசிய அனைத்தையும் நான் புத்தகமாக எழுத வேண்டும் என்றார். அதாவது நான் காங்கிரஸ் அரசின் பிரச்சாரப் புத்தகம் எழுத வேண்டும்.

கிட்டத்தட்ட மூன்று மணிநேரம் அவர் எங்கள் இருவரையும் நிற்க வைத்தே பேசினார். ஆமாம். குற்றவாளிகளைக் கதிரையில் உட்காரவைத்தா விசாரணை செய்வார்கள்? நான் சட்டத்திற்கு விரோதமாகச் செயல்பட்ட குற்றவாளியா?

இத்துடன் நிற்கவில்லை. என் வீட்டில் உள்ள பூக்கன்று போல் அவருக்கும் பூக்கன்று வேண்டுமாம். வாராவாரம் போன்பண்ண ஆரம்பித்தார். என்னிடம் இப்படிப் பழகிப் பழகி என்னைத் தெரிந்துகொள்ளப் போகிறாராம். அவர் வாராவாரம் போன் செய்தால் நான் இரண்டு நாளைக்கு ஒருதடவை அவருக்குப் போன்செய்து 'பூக்கன்று வைத்திருக்கிறேன். எங்க இருக்குறீங்க' என்று கேட்க ஆரம்பிக்கவும், இதில் ஏதோ உள்குத்து இருக்கும் என்று யோசித்த அவர் இப்போது வேறு வழியைக் கண்டு பிடித்திருக்கிறார். அதுமட்டுமல்ல தேர்தல் முடிந்து அடுத்த நாள் என் வீட்டிற்கு வந்து யாராவது வாக்களித்தீர்களா? என்று எனது மனைவியிடம் விசாரித்துவிட்டுச் சென்றிருக்கிறார். மனைவி இரண்டு நாள் கழித்து எனக்குத் தகவல் சொல்ல, தேவையில்லாமல் என் வீட்டு பிளாஸ்டிக் கதிரைதான் உடைந்து போனது. வீட்டிற்கு மட்டுமல்ல முகாமிற்கு வெளியே இருக்கும் அனைவர் வீட்டிற்கும் சென்று விசாரித்திருக்கிறார். கள்ள ஓட்டுப் போடுவது மாதிரியா இந்தமுறை தேர்தல் நடந்தது. இதை யார் அவர்கட்குப் புரியவைப்பது.

இப்படித் தொந்தரவு செய்கிறார்களே என்று பயப்படத் தேவையில்லை. அவர்கள் அரசாங்கத்தின் அடியாட்கள். அவர்கள் வாங்குகிற சம்பளத்திற்கும் தின்கிற சோத்துக்கும் வேலை செய்ய வேண்டாமா? அவர்கள் வேலையைப் பார்க்கட்டும். நாம் எப்பவும் போல் நமது வேலையைப் பார்ப்போம். இது ஒருபக்கம் இவ்வாறு இருக்கப் புதிதாக வந்த அரசு ஒரு ஆணை பிறப்பித்துள்ளது. அந்த ஆணை இவ்வாறு கூறுகிறது:

மாண்புமிகு முதலமைச்சர் அவர்களின் தலைமையில் 30.05.2011 அன்று நடைபெற்ற அமைச்சரவைக் கூட்டத்தில் தமிழ்நாட்டில் உள்ள முகாம்வாழ் இலங்கைத் தமிழர்கள் நலனுக்காகப் பல்வேறு சிறப்பு நலத்திட்டங்கள் விரிவாக்கம் செய்வது குறித்து முடிவெடுக்கப்பட்டது. 03.06.2011 அன்று சட்டப்பேரவையில் நிகழ்ந்த ஆளுநர் உரையில், இலங்கைத் தமிழர்கள் தங்கியுள்ள முகாம்கள் சீரமைக்கப்பட்டு அவர்கள் தமிழகத்திலேயே கௌரவமாக வாழத் தேவையான அனைத்து நடவடிக்கைகளும் எடுக்கப்படும். இந்த முகாம்களில் தரமான இருப்பிடம், குடிநீர், சுகாதாரம் மற்றும் மருத்துவ வசதிகள் போன்றவை செய்து தரப்படும். இலங்கை தமிழ் அகதிகளின் குழந்தைகள் கல்வி பயிலத் தேவையான உதவிகளை வழங்குவதுடன் அவர்கள் வேலை வாய்ப்பைப் பெறுவதற்கான சிறப்பு வேலை வாய்ப்புப் பயிற்சிகள் அளிக்கப்படும். தமிழ்நாட்டில் செயல்படுத்தப்படும் அனைத்து நலத் திட்டங்களும் முகாம்களில் தங்கியுள்ள இலங்கைத் தமிழர்களுக்கும் நீட்டிக்கப்படும்.

அதன்படி விரிவாக்கம் செய்யப்பட்டுள்ள நலத்திட்டங்கள் கீழே தரப்பட்டுள்ளன.

ஆதரவற்ற முதியோர் ஓய்வூதியத் திட்டம், ஆதரவற்ற விதவையர் ஓய்வூதியத் திட்டம், கணவனால் கைவிடப்பட்ட ஆதரவற்ற பெண்கள் ஓய்வூதியத் திட்டம், ஆதரவற்ற மாற்றுத் திறனுடையோர் ஓய்வூதியத் திட்டம் மற்றும் ஆதரவற்ற திருமணமாகாத பெண்கள் ஓய்வூதியத் திட்டம் முதலான இலவச சமூகப் பாதுகாப்புத் திட்டங்களின் கீழ் ஓய்வூதியம் ரூ.1000/– தமிழ்நாட்டு மக்களுக்கு வழங்கப்பட்டு வருகிறது. இலங்கை தமிழர் முகாம்களில் தமிழ்நாட்டில் 65 வயதிற்கு மேற்பட்ட முதியோர் 2580 நபர்களும் விதவையர் 2518 பேரும் ஆதரவற்ற பெண்கள் 182 பேரும் மாற்றுத்திறனாளிகள் 264 பேரும் வசிக்கின்றனர். இத்திட்டத்தை முகாம்வாழ் இலங்கை தமிழர்களுக்கும் விரிவுப்படுத்தலாம்.

இவ்வளவு நலத்திட்ட உதவிகளையும் தமிழக மக்களுக்கு வழங்குவதுபோல் ஈழத்தமிழ் அகதிகளுக்கும் வழங்குவது வரவேற்கப்பட வேண்டிய ஒன்று. இதில் மாற்றுக் கருத்தில்லை. இந்த நலத்திட்ட உதவிகள் அகதிகளுக்குப் பெரும் உதவியாக அமையும் என்பதிலும் மாற்றுக் கருத்தில்லை. ஆனால் அகதிகள் எதிர்பார்ப்பது என்ன? நலத்திட்ட உதவிகளா? அவர்கள் சொந்த நாட்டில் சொந்தபந்தத்துடன் கூடிய சுதந்திரமான வாழ்க்கையா?

சில முகாம்களில் கையெழுத்து போடுமளவுக்குத் தெரிந்த பள்ளிக்குழந்தை முதல் அனைத்துக் குடும்ப உறுப்பினர்களும் கையொப்பமிட்டால் மட்டுமே உதவித்தொகை வழங்கப்படும். பல முகாம்களில் உதவித்தொகை கொடுக்கும்போது குடும்ப உறுப்பினர் அனைவரும் இருக்க வேண்டும். உறவினர் வந்தால் தெரிவிக்க வேண்டும். வெளியே வேலைக்குப் போகும்போதும் வேலை முடித்து முகாம் திரும்பும்போதும் நோட்டில் கையொப்பத்துடன் நேரமும் குறிப்பிட வேண்டும். பக்கத்து மாவட்ட முகாமில் உள்ள உறவினர், நண்பர்களைப் பார்க்கப் போவதானால் அனுமதி வாங்க வேண்டும்.

அசையும் சொத்து, அசையாச் சொத்து வாங்கக் கூடாது. ஆகக் கௌரவமான, சுதந்திரமான அனுமதிக்கப்பட்ட சிறையில் ஈழத்தமிழன் வாழ்கிறான். இவை அனைத்தும் அரசு ஆணை.

உச்சப்பட்டி அகதிகள் முகாமில் உள்ள சிறிய பெட்டிக் கடையில் ஒட்டப்பட்ட சிறிய துண்டுப் பிரசுரம் இவ்வாறு கூறுகிறது:

அறிவித்தல்

> நமது உச்சப்பட்டி முகாமில் 16.06.11ஆம் தேதி வியாழக்கிழமை செக்கிங் நடைபெறும். வராதவர்கள் மீது ஆஸ்டின்பட்டி PSஇல் புகார் கொடுத்து வழக்கு பதிவு செய்யப்படும் என்பதை தெரிவித்துக் கொள்கிறோம்.
>
> இப்படிக்கு,
க்யூ பிரிவு.

14.06.2011 என்று தேதியிட்டு க்யூ பிரிவு அதிகாரி கையொப்பமிட்டுள்ளார். முகாமில் தணிக்கையின்போது வராதவர்மீது எந்தச் சட்டத்தின் அடிப்படையில் வழக்குப் பதிவார்கள்? இதுவரை எத்தனை பேர்மீது அவ்வாறு வழக்குப் பதிவு செய்யப்பட்டுள்ளது? ஒரு க்யூ பிரிவு அதிகாரியிடம் பேசினேன். ஒன்றும் தெரியாத அப்பாவி மக்கள்மீது அடிப்படை உரிமையே மாறும்படியாக உங்கள் நடவடிக்கைகள் இருக்கிறதே என்றேன். அதற்கு அவர் அப்படியில்லாவிட்டால் அவர்களைக் கட்டுப்படுத்த முடியாது என்றார். அவருக்கு என்ன பதில் கூறுவது.

கரூர் முகாம் ஒன்றில் போலீஸால் பிடித்துச் செல்லப் பட்டவரைத் தேடிச் சென்ற பெண்மீது போலீஸ்காரர்களே பாலியல் தொந்தரவு செய்திருக்கிறார்கள். சேலத்தில் முறையான சிகிச்சை அளிக்காமல் அரசு மருத்துவரின் அலட்சியத்தால்

குழந்தை இறந்திருக்கிறது. இவ்வாறு கருணையற்ற மனநிலையில், அதிகாரத் திமிரில் பல கீழ்நிலை அதிகாரிகளின் போக்கு அகதி மக்களைச் சொல்ல முடியாத தொந்தரவுக்குள்ளாகிறது என்பது எத்தனை பேருக்குத் தெரியும்? க்யூ பிரிவுக்காரன் முதல் அதிகாரிகளின் அராஜகப் போக்கை எதிர்த்துப் போராடும் மனநிலையை ஆரம்பம் முதலே க்யூ பிரிவு அதிகாரிகள் மளுங்கடித்துவிட்டார்கள். உதாரணத்திற்கு மேலே குறிப்பிட்ட சிறிய சுவர் விளம்பரம்.

இலங்கையில் ராஜபக்ஷ ஆட்சியில் உள்ள அகதி முகாம் ஈழத்தமிழனுக்கும் இங்குள்ள ஈழத்தமிழ் அகதி முகாம் மக்களுக்கும் என்ன வித்தியாசம்? அவன் பிடிக்காதவர்களைப் பிடித்துப் போய்க் கொல்லுவான். இவர்கள் பிடித்துக்கொண்டு போய்ச் செங்கல்பட்டில் போடுவார்கள். இதுதான் வித்தியாசம். பிரபாகரனை மட்டும் தலையில் தூக்கிவைத்து அரசியல் பண்ணும் மிகை உணர்ச்சியாளர்களுக்குக் காலடியில் கிடக்கும் அகதிகளின் அவலம் தெரியுமா?

விடுதலைப் புலிகள் இயக்கம் முற்றிலுமாக அழிக்கப்பட்டு விட்டது. இலங்கையில் தீவிரவாதம் வேர் பிடுங்கப்பட்டுவிட்டது. இலங்கையில் தேனும் பாலும் அன்பும் அறமும் ஆறாக ஓடும் சூழ்நிலை நிலவுவதாகக் கூறுபவர்கள், முகாமில் வாழும் கீழ்த்தட்டு மக்களை எதற்காக உளவியல்ரீதியாகத் தொந்தரவு செய்கிறார்கள்.

விடுதலைப் புலிகளுக்கு உதவுபவர்கள் இந்த அகதிமுகாமில் ஓலைக் கொட்டிலிலா இருப்பார்கள்?

தமிழ்நாட்டு அகதிகளுக்கு முதல்தேவை க்யூ பிரிவு தொந்தரவிலிருந்து சுதந்திரமான வாழ்வு. அடிப்படைத் தேவைகளுடன் கான்கிரிட் வீடுகள். அதன் பின்புதான் நலத்திட்ட உதவிகள். தற்போது ஒவ்வொரு முகாமிலும் ஒவ்வொரு விதமான நடைமுறைகள் உள்ளன. இவை அனைத்தும் ஒன்றிணைக்கப்பட்டு அடிப்படை உரிமை அடங்கிய மனிதாபிமானத்துடன் கூடிய சுதந்திரமான, பொதுவான நடைமுறை வேண்டும். இவை அனைத்திற்கும் மேலாக ஒன்று உள்ளது. 21 வருட ஏக்கம் அது.

சில மாதங்களுக்கு முன்பு திருச்சி விமான நிலையம் சென்றிருந்தேன். பல தெரிந்த, தெரியாத அகதிகள் கூட்டம் அதிகமாகவேயிருந்தன. UNHCR ஒரு விமானத்தை முழுவதும் முன்பதிவு செய்து அகதி முகாமிலிருந்து இலங்கையில் அவரவர் இருப்பிடம்வரை போவதற்கான முழுச் செலவையும் ஏற்று அகதிகளை அனுப்புவதாகக் கூறினார்கள். அவர்கள்

முன்பதிவு செய்த விமானம் அகதிகள் பயணம் செய்த விமானம். ராஜபக்ஷவினுடையது. மிகின்லங்கா மூலம் இலங்கைக்குப் போனவர்கள் 'தற்போது இங்கு வராதீர்கள்' என்று தொலைபேசியில் சொல்கிறார்கள். ஆனால் தமிழ்நாட்டில் உள்ள அகதிகள் இலங்கை செல்ல விரும்புகின்றனர். அங்கு நிலைமை வேறு, இங்கு நிலைமை வேறு.

இலங்கையில் தற்போது தமிழர் சுதந்திரமாக வாழ்வதற்கும் அவர்களின் உயிருக்கும் உத்தரவாதமிருந்தால் போதும். எந்த நலத்திட்ட உதவியும் தேவைப்படாது. இந்தக் கட்டுரைக்கும் தேவை வராது. இதனைச் செய்ய இன்று யாரால் முடியும்?

சூழ்நிலை மாறும்போதும் ஆட்சி மாறும்போதும் அரசியல் கட்சிகள்மீது கண்மூடித்தனமான நம்பிக்கையிருந்தது. அந்த நம்பிக்கை என்ன ஆனது என்பது எல்லோருக்கும் தெரியும். பக்கம் பக்கமாகக் கட்டுரைகள் எழுதியவர்கள், உண்ணா நோன்பு, அறப்போராட்டம் செய்தவர்கள் என்ன ஆனார்கள் என்பதும் எல்லோருக்கும் தெரியும். ஈழத்தமிழர்கள் கனவு கண்டவர்களாக ஆகிவிட்டார்கள். அவர்கள் கண்ணில் இருண்டதெல்லாம் பேயாகத்தான் தெரிகிறது.

இன்று பர்மா காலனி இருப்பதுபோல் நாளை ஈழத்தமிழர்கள் காலனி உருவானால் ஆச்சரியப்படுவதற்கில்லை.

1990களில் அதிகமான அகதிகள் தமிழ்நாடு வந்தார்கள். அவர்களில் வெளிநாடு சென்றவர்கள் போக 1995-96களில் இங்கு முகாமில் வாழப் பிடிக்காமல் மீண்டும் செத்தாலும் பரவாயில்லை என்று இலங்கை சென்றார்கள். பின்பு 2002இல் மறுபடியும் இலங்கை சென்றார்கள். மீண்டும் 2006இல் இருபதாயிரத்திற்கும் அதிகமானவர்கள் அகதியாகத் தமிழகம் வந்தார்கள். 83ஆம் ஆண்டு முதல் நான்கு, ஐந்து தடவை அகதியாக வந்துபோன குடும்பங்களும் உண்டு.

ஈழப் போரில் எத்தனை பேர் இறந்தார்கள் என்பதை எப்படிச் சரியான புள்ளிவிவரத்துடன் கூறமுடியாதோ அதுபோல் அகதிகளின் எண்ணிக்கையையும் சரியாகக் கூறமுடியாது. இது பங்குச்சந்தைபோல ஏறி இறங்கிக்கொண்டிருக்கிறது. தற்போது இறங்கு முகத்திலிருக்கிறது. முகாம்கள் சிறுத்துக்கொண்டு வருகிறது. 03.11.2009 அரசுக் கணக்குப்படி மொத்த முகாம்கள் தமிழ்நாட்டில் 115. 26 மாவட்டங்களில் அவை அமைந்துள்ளன. 19,340 குடும்பங்களில் 73,241 நபர்கள் வாழ்ந்தார்கள். முகாமிற்கு வெளியே 11,288 குடும்பங்களில் 31,802 நபர்கள். முகாமிற்குள் மொத்தம் ஒரு லட்சத்திற்கு மேற்பட்ட அகதிகள் வாழ்ந்தார்கள்.

இதில் முகாமிற்கு வெளியே வாழ்பவர்கட்கு எந்த உதவித்தொகையும் வழங்கப்படுவதில்லை. அவர்கள் எஸ்.பி. அலுவலகத்தில் உள்ள வெளிநாட்டவர் பதிவகத்தில் ஆறு மாதங்களுக்கு ஒருமுறை அவர்கள் வாழ்வதற்கான அனுமதியைப் புதுப்பித்துக்கொள்ள வேண்டும்.

முகாம்களில் உள்ளவர்களைக் கண்காணிக்க க்யூ பிரிவு உள்ளதுபோல் வெளி முகாம் பதிவில் உள்ளவர்களைக் கவனிக்கத் தனியாக க்யூ பிரிவுக்காரன் உள்ளான். வசதியுடையவர்கள் மட்டுமே வெளியே வசிக்கிறார்கள். பணத்தின் பயத்தினால் பெரும்பாலும் க்யூ பிரிவு அவர்களைத் தொந்தரவு செய்வதில்லை (அதில் என்னைப் போன்றவர்கள் விதிவிலக்கு).

முகாமில் உள்ளவர்கட்கு முன்பிருந்த அரசு குடும்பத் தலைவருக்கு மாதம் 400, அடுத்தவருக்கு 288, முதல் குழந்தைக்கு 180, அடுத்த குழந்தைக்கு 90 என உதவித்தொகை வழங்கியது. தற்போதைய அரசு குடும்பத் தலைவருக்கு 1000 ரூபாயும் அடுத்தவருக்கு 750 ரூபாயும் குழந்தைகளுக்கு 400 ரூபாயும் மாதம் வழங்குகிறது. இந்த நடவடிக்கைகள் வரவேற்கப்பட வேண்டியவை.

தமிழ்நாட்டுக் குடும்பத்திற்கு வேண்டிய அனைத்தையும் இலவசமாகக் கொடுத்து மதுபான விடுதி வழியாக உழைப்பை அரசு பிடுங்கிக் கொள்கிறது. இது அகதிகளுக்கும் சரியாகவே பொருந்தும்.

அரசு ஓலைக் கொட்டில் உள்ள முகாம் வீடுகள் மழைக் காலத்தில் ஒழுகாமலிருக்கத் தார்ப்பாய் வழங்குகிறது. மழைக் காலத்திற்கு வழங்குகிறார்கள் என்றால் மழைக் காலத்திற்கு முன்பு என்ன செய்தார்கள்? மழைக் காலத்திற்குப் பின்பு என்ன செய்வார்கள்? அல்லது தொடர்ந்து தார்ப்பாய்தானா? 21 வருடங்களாகக் கண்டுகொள்ளாத ஓலைக் கொட்டிலுக்குத் தார்ப்பாய் வழங்கியுள்ளதை எண்ணி மகிழ்ச்சி அடையும் நிலைதானே அகதி வாழ்க்கை.

நம்பினோம், நம்பினோம். இதற்கு மேலும் யாரை நம்புவது? ‘எந்திர’னைக் கொண்டாடிய நாம் அடுத்து ‘ராணா’வுக்காகக் காத்துக் கொண்டிருக்கிறோம். வேறு என்ன நமக்கு? டாஸ்மாக் இருக்கு.

பூவரசி அரையாண்டு இதழ், ஜனவரி 2012

இப்படி எழுத மட்டும் முடியுமா?

ஒருநாள் எனது துணைவியாருடன் அனாதைக் குழந்தைகள் தங்கிப் படிக்கும் இல்லத்திற்குச் சென்றேன். உயரமான மதில்களுக்கு மத்தியில் பெரிய இரும்புக் கதவு. அதன் அருகில் காவலாளி அறை. ஆனால் அதில் அவர் இல்லை. கதவைத் திறந்து உள்ளே சென்றால் சோலையாகப் பெருமரங்கள். மத்தியில் உறுதியாக கல்லால் கட்டப்பட்ட அழகான கட்டடம். திட்டமிட்டுச் செங்கல் வரிசையாக, அழகாக அடுக்கப்பட்ட இடங்களில் பூக்கன்றுகள் நடப்பட்டிருந்தன. அந்தப் பூங்கன்றுகளுக்குக் காவலாளி தண்ணீர் விட்டுக் கொண்டிருந்தார். அவரிடம் விவரம் கேட்க மணியை அழுத்தும்படி கூறினார். மணியை அழுத்தி விட்டுச் சற்று நேரம்கூடக் காத்திருக்க முடியவில்லை. கொசுக்களின் தொல்லை அதிகமாக இருந்தது. உள்ளே இருப்பவர்களையும் கடிக்கும்தானே என்ற எண்ணத்தில் கவனித்தேன். ஆனால் ஜன்னல்களுக்கு வலை அடிக்கப்பட்டிருந்தது. கவனிப்பாரற்ற குழந்தைகளுக்கு யார் இப்படி வசதி செய்து கொடுப்பார்கள் என்று அவசரப்பட்டு ஒரு முடிவுக்கு வந்துவிடாதீர்கள். அது கன்னியாஸ்திரிகள் தங்கும் கான்வென்ட். காத்திருந்த சற்று நேரத்தில் இளம் வயதான, அழகான கன்னியாஸ்திரி கதவைத் திறந்து கொண்டு வந்தார். அவரிடம் விவரம் சொல்லவும் ஒரு அலட்சியத்துடன் எதிரில் இருந்த கட்டடத்தைக் காண்பித்தார். அந்தக் கட்டடமும் கவனிப்பாரற்று,

தொ. பத்தினாதன்

சோகமாகவே நிற்பதாகத் தோன்றியது. அந்தக் கட்டடத்திற்குச் சென்று ஒரு குழந்தையிடம் சொல்லி அனுப்பியதும் பத்துப் பதினைந்து பெண் குழந்தைகள் ஆவலாக ஓடிவந்து சுற்றி நின்றார்கள்.

பால் கறக்கும்போது கட்டிவைத்த கன்றுக்குட்டிகளைப் போல் ஏக்கத்தோடு, எதிர்பார்ப்போடு, ஐம்பது அறுபது அனாதைக் குழந்தைகள் தங்கியிருக்கும் அந்த இல்லத்தில் இந்தப் பத்துப் பதினைந்து குழந்தைகள் மட்டும் ஈழ அகதி அனாதைக் குழந்தைகள்.

அந்தக் காட்சியை, அந்தக் குழந்தைகளின் மெலிந்த தோற்றத்தை, சீவாத தலையை, அழுக்கான உடையையும் அத்தனைக்கும் மேலாக அக்குழந்தைகளின் மனநிலையையும் அப்படியே எழுத்தில் வடிக்கும் அளவிற்கு எனக்கு எழுதத் தெரியாது. உணர மட்டும்தான் முடிகிறது. கொஞ்சம் வாங்கிச் சென்ற தீன்பண்டங்களைப் பகிர்ந்து கொடுத்துவிட்டுப் பக்கத்தில் இருந்த ஒரு குழந்தையிடம் பேசினேன். உன் பெயர் என்ன என்று கேட்டேன். தர்ஷிகா என்றாள். என்ன படிக்கிறாய் என்றேன். மூன்றாம் வகுப்பு என்றாள். அப்பா இருக்கிறாரா, அம்மா இருக்கிறாரா யார் உன்னைக் கொண்டுவந்து விட்டது, தம்பி தங்கை உடன்பிறப்புகள் யாராவது இருக்கிறார்களா, உன்னிடம் இப்ப என்ன இல்லை; இப்படி நான் கேட்ட எந்தக் கேள்விக்கும் பதில் இல்லை. முகத்தைப் பார்த்துக்கொண்டு அக்குழந்தை நிற்கிறது. உலகத்தில் முதன்மையான தத்துவம் ஒன்றும் இல்லை. அதற்கு நல்ல உதாரணம் தர்ஷிகா. இருந்தால்தானே அந்தக் குழந்தை பதில் சொல்லும். என் மனைவி குறுக்கிட்டு 'நீ இங்கு தங்கிப் படிக்க உனக்கு என்னென்ன பொருட்கள் தேவை' என்று கேட்டதற்கு அந்தக் குழந்தை 'அக்கா எனக்குப் பொட்டு இல்லை தலைக்கு வைக்க எண்ணெய் இல்லை. கிளிப்பின் இல்லை' என்றாள். தனக்கு என்ன தேவை என்பதே அப்பிள்ளைக்குத் தெரியவில்லை. பக்கத்தில் இருந்த மற்றொரு பிள்ளை, 'அக்கா அவகிட்ட போடுறதுக்கு ஜட்டி முதற்கொண்டு எதுவுமில்லை. அந்தப் பிள்ளைக்கு எல்லாம் வாங்கிக் கொடுத்துத்தான் அவங்க பாட்டி இங்கு கொண்டுவந்து விட்டாங்க. இங்க திருடிட்டாங்க' என்றாள்.

கோயம்புத்தூர் மாவட்ட நகரத்தில் ஒரு அகதிகள் முகாம். ஊருக்குப் பொதுவிடம். அருகில் சுடுகாடு. சிறிய இடத்தில் முன்னூறுக்கும் மேற்பட்ட குடும்பங்கள். எச்சில் துப்ப இடம் இல்லாத நெருக்கடியான முகாம். முதலில் அரசே தார்சீட்டில் வரிசை வரிசையாக வீடுகட்டி அகதிகளைத் தங்க வைத்தார்கள்.

வெயில் காலத்தில் தார் உருகித் தலையிலும் சாப்பாட்டிலும் விழவும் அகதிகள் அவர்களாகக் கொஞ்சம் கொஞ்சமாகத் தகரச் சீட்டிற்கும் சிமெண்ட் சீட்டிற்கும் மாறினார்கள். இந்த முகாமில் கட்டுப்பாடுகள் அதிகம்.

பத்தாம் வகுப்பிற்கு மேல் படிப்பவர்கள் அனைவரும் பள்ளிக்கூடம் சென்றாலும் கல்லூரி சென்றாலும் வேலைக்குப் போனாலும் அங்கிருக்கும் நோட்டில் கையொப்பம் வைத்து விட்டுத்தான் வெளியே செல்ல வேண்டும். அங்கு காவல் நிலையம் உண்டு. எப்போதும் காவலர்கள் இருப்பர். அது மட்டுமல்ல க்யூ பிரிவு போலிஸ்காரர் தினமும் முகாமுக்கு வருவார். நோட்டை ஆய்வு செய்வார். கையொப்பம் இல்லாமல் யாரும் வெளியே சென்றிருந்தாலும் போகும்போது கையொப்பம் வைத்துவிட்டு வரும்போது கையொப்பம் வைக்க மறந்திருந்தாலும் அது மாணவனாக இருந்தாலும் வேலைக்குச் செல்லும் பெண்களாக இருந்தாலும் அலுவலகம் வரச்சொல்லி உத்தரவு போட்டு விட்டுச் சென்று விடுவார். ஒவ்வொரு முகாமிற்கும் ஒரு தலைவர் இருப்பார். இவர் பெரும்பாலும் க்யூ பிரிவு அதிகாரியின் ரகசிய உளவாளியாக இருப்பார். அப்படி இல்லாவிட்டால் அவரால் அதிக நாட்கள் தலைவராகக் காலம் தள்ள முடியாது. சாதியை, சமயத்தை, பெண்களை இழிவுபடுத்தல், பரம்பரையைப் பற்றி ஏற்கனவே க்யூ பிரிவு போலிஸுக்குத் தெரியும். இவற்றுடன் கெட்ட வார்த்தையும் சேர்த்து க்யூ பிரிவுக்காரனிடம் வசை (ஆளைப்பொறுத்து இவை மாறுபடும்) கேட்கப் பயந்து ஒரு தடவை மறந்து போனவர், அடுத்த முறை மறக்க மாட்டார். ஏன் இங்கு மட்டும் இவ்வளவு கட்டுப்பாடு. சிலர் கள்ளத்தனமாகப் படகில் இலங்கை சென்றுவிட்டார்கள். இரண்டு பேர் போதைப் பொருள் கடத்தியதாகப் பிடிபட்டுச் சிறையில் இருக்கிறார்கள். ஒருவர் ஆயுதம் வைத்திருந்ததற்காகச் சிறையில் இருக்கிறார். நெருக்கமான வீடுகள் என்பதால் தினமும் சண்டை நடக்கும். ஞாயிற்றுக் கிழமையானால் பல சண்டைகள் நடக்கும். இந்த முகாமில் பிறந்தவள்தான் தர்ஷிகா.

தர்ஷிகாவின் பாட்டி இலங்கையில் யாழ்ப்பாணம் பகுதியைச் சேர்ந்தவர். கணவன் இறந்ததும் சிரமப்பட்டு இரண்டு குழந்தைகளை வளர்த்த சூழலில் மூத்த மகன் இயக்கத்துக்குப் போய் இந்திய ராணுவத்துடன் ஏற்பட்ட மோதலில் இறந்து போனார். மகளுடன் அகதியாகத் தமிழ்நாடு வந்தபோது இந்த முகாமில் தங்க வைக்கப்பட்டார். தர்ஷிகாவின் அம்மாவை ஒருவன் காதலித்துத் திருமணம் செய்துகொண்டான். தர்ஷிகா பிறந்தாள். தர்ஷிகாவின் தகப்பன் வேறொரு பெண்ணை

50 தொ. பத்திநாதன்

மணம் புரிந்துகொண்டு அவளையே திருமணம் செய்து கள்ளத் தோணியில் இலங்கை சென்றுவிட்டார்.

தர்ஷிகாவின் அம்மாவுக்கு வேறு ஒருவருடன் பழக்கம் ஏற்பட்டு அவருடன் தாலி கட்டாமலேயே வாழ்ந்து வந்தார். அவர் இலங்கையில் ஒரு இயக்கத்தில் இருந்தவர். அவர்தான் ஆயுதம் வைத்திருந்த கேஸில் மாட்டி உள்ளே சென்றவர். அதன் பின்பு தர்ஷிகாவின் அம்மா கம்பெனியில் வேலைக்குச் சென்ற இடத்தில் தமிழ்நாட்டுத் தமிழர் ஒருவருடன் சென்றுவிட்டார். இன்றுவரை அவர் இருக்கிறாரா இல்லையா என்று எந்தத் தகவலும் இல்லை. அந்தக் கிழவி பிள்ளைகளை வளர்க்கக் கூலி வேலைக்குப் போனார். ஒரு குழந்தையினுடைய கதையிது. இன்ன பிற குழந்தைகளின் கதை?

ஒரு அகதிப் பெண்ணைக் களங்கப்படுத்திப் பேசிய க்யூ பிரிவு அதிகாரி ஒருவரை அகதி ஆண்கள் பெண்கள் எல்லோரும் அடித்து ஆஸ்பத்திரிக்கு அனுப்பினார்கள். இது தமிழ்நாட்டின் கடைகோடியில் உள்ள ஓர் அகதி முகாமில் நடந்தது. அந்த க்யூ பிரிவு அதிகாரியையும் நியாயப்படுத்த முடியாது. அடித்த அகதிகளையும் நியாயப்படுத்த முடியாது. ஆயுதம் வைத்திருக்கும் அளவிற்குத் தைரியமிருந்திருக்கிறது. அபின் கடத்த தைரியமிருந்திருக்கிறது. கள்ளத் தோணியில் போகுமளவிற்குத் தைரியமிருந்திருக்கிறது. எல்லாவற்றிற்கும் மேலாகத் தற்கொலைப் படையாகித் தானே சாவதற்குத் தைரியமிருந்த நம் ஈழச் சமூகத்திற்கு ஜனநாயக ரீதியாக அவர்கள் அடிப்படை உரிமைக்காக அத்துமீறும் அதிகாரிகளை எதிர்த்து ஏன் போராட முடியவில்லை. அப்படியே போராட முடியாமல் போனது யாரால்? ஜனநாயக உரிமைப் போராட்டத்தை யாரால் தடுக்க முடியும்? நம் விடுதலைக்காக நாம் போராடாமல் நமக்காக யார் போராடுவார்கள்?

தமிழ்நாட்டில் ஒரு கிராமத்தில் ஒருவருக்கு அநீதி இழைக்கப் பட்டால் நியாயம் கேட்க முதலில் அவர் சார்ந்த சொந்தம் வரும். தொடர்ந்து அவர் சார்ந்த சமூகம் வரும். தொடர்ந்து அவர் சார்ந்த அரசியல் கட்சி வரும். அனைத்திற்கும் மேலாகத் தனி மனிதச் சுதந்திரத்தைப் பாதுகாக்க அரசியலமைப்புச் சட்டம் இருக்கிறது(?). ஆனால் அகதிகளுக்கு அகதி முகாமில் மேற்குறிப்பிட்ட எதுவுமில்லை. அகதி முகாம் வாழ் மக்களுக்குச் சொந்தங்கள் மிகக் குறைவு. ஒருசில தூரத்து உறவுகள் இருந்தாலும் வேறு முகாம்களில் அவர்கள் வசிக்கிறார்கள். அவசரத்திற்கு வர முடியாது. வருவதாக இருந்தால் அரசு அனுமதியுடன்தான் வர வேண்டும். அகதிகள் வாழுமிடத்தில் மாமன் மச்சான் என்று உறவுகள் உண்டு. இவர்கள் அகதியான பின்பு அவர்களாக

தமிழகத்தின் ஈழ அகதிகள் 51

அவ்வாறு உருவாக்கிக் கொண்டது. இந்த மாமன் மச்சான் உறவுகள் மதுபான விடுதிவரை வரும். அதைத் தாண்டி வராது. முகாம்களில் பழகுவதில், காதலிப்பதில் சாதி பார்ப்பதில்லை. ஆனால் கல்யாணத்தில் மட்டும் சாதிச் சனியன் வருகிறது. அதுவும் தமிழ்நாட்டிலுள்ள 112 முகாம்களிலும் தேட வேண்டும். அகதிகளுக்கான ஐ.நா. சட்டப்படி அகதியானவன் அரசியலில் ஈடுபடக் கூடாது; வாக்களிக்கக் கூடாது. இது தவிர்த்து அனைத்து அடிப்படை உரிமைகளும் அகதிகளுக்கு உண்டு. ஆனால் தமிழ்நாட்டில் அகதிகளுக்கு உண்பது, உறங்குவது, உடலுறவுகொள்வதற்கு மட்டும்தான் உரிமையுண்டு. தற்பொழுது கூடுதலாக ஒரு உரிமையும் உள்ளது; குடியும் குடித்தனமுமாக வாழ அனுமதி உண்டு. இதற்கு அரசிடம் அனுமதி வேண்டியதில்லை.

அகதிகள் ஈழத்தமிழர்கள் என்ற ஒற்றைப் புள்ளியில் மட்டுமே ஒன்று சேர முடியும். ஈழத்தில் 2009இல் முதுகெலும்பை முறித்து வாயில் செருகிவிட்டார்கள் என்றால் அதற்கு முன்பே தமிழ்நாட்டில் வாழும் தமிழருக்கு 1991இலேயே முதுகெலும்பு முறிக்கப்பட்டு வாயில் திணிக்கப்பட்டாகிவிட்டது. வாயைத் திறக்கவும் முடியாது; நிமிர்ந்து எழுந்திருக்கவும் முடியாது.

பூவரசி அரையாண்டு இதழ், ஜூலை 2012

ஈழத்தமிழனைப் பிடித்திருக்கும் பேய்

ஒருநாள் மாலைப் பொழுது தேனியில் இருந்து திண்டுக்கல் நோக்கிப் பேருந்தில் பயணித்துக் கொண்டிருந்தேன். பேருந்து பயணத்தைவிட ரயில் பயணம் இனிமையானதுதான். ஆனால் எல்லா இடத்திற்கும் இரயிலில் போக முடிவதில்லையே. முல்லைப் பெரியாறின் கருணையால் தேனி மாவட்டம் பச்சைப் பசேல் என்று இருந்தது. வயல் வெளிகளும் ஓங்கி வளர்ந்த பெரிய மரங்களும் கண்ணுக்குக் குளிர்ச்சியாகத்தான் இருந்தது. புது இடத்திற்குப் போவதாக இருந்தால் ஆவலாக அங்கும் இங்கும் பராக்குப் பார்த்துக்கொண்டு போகலாம். பழக்கப்பட்ட இடம் திரும்பத் திரும்ப ஒரே இடத்திற்குப் போகும்போது விசர் அடிக்க ஆரம்பித்துவிடும். எனக்கு அப்படியிருக்கிற பொழுதுகளில், ஏதாவதொரு புத்தகத்தைப் படித்துக் கொண்டிருப்பேன். அன்றும் அவ்வாறே பேருந்தில் படித்துக் கொண்டிருந்தேன். இடையில் பேருந்து ஒரு நிறுத்தத்தில் நின்றதையும் நான் கவனிக்கவில்லை, பக்கத்தில் ஒருவர் வந்து உட்கார்ந்ததையும் கவனிக்கவில்லை.

'கட்டாயம் படிக்க வேண்டிய நல்ல புத்தகம்தான் நீங்கள் படித்துக் கொண்டிருப்பது' என்ற குரல் கேட்டு நிமிர்ந்து பார்த்தேன். படிப்பவர்களைத் தொந்தரவு செய்யக்கூடாது என்ற நாகரிகம் அவருக்கு இருக்கவில்லை. எனக்கு ஆரம்பமே சிறிது எரிச்சலை ஏற்படுத்தியது. எல்லோரிடமும்

எல்லா இடத்திலும் நாகரிகத்தை எதிர்பார்க்க முடியாதுதானே. 'இலங்கையில் இரத்தமும் சதையுமாக் கொல்றான் சிங்களவன். நம்மாளுக அதையும் வைத்து அரசியல் பண்றாங்க, வியாபாரம் பண்றாங்க. இவர்களையெல்லாம் நம்ப முடியாது சார். நம்ப மாதிரி ஆளுங்க சேர்ந்து ஏதாவது பெரிசா செய்யணும் சார். நாங்கள் எங்கள கிராமத்துப் பொதுத் தொலைக்காட்சியில இலங்கையில் இருந்து வந்த சண்டைப்படக் காட்சிகள் எல்லாம் போட்டுக் காண்பித்தோம். வீட்டுக்கு வீடு குறுந்தகடுகளெல்லாம் போட்டோம்' என்றார். அவர் இத்துடன் நிறுத்தவில்லை. மேலும் சிங்களவர்களையும் இங்குள்ள அரசியல் கட்சிகளையும் ஒரு பிடி பிடித்தபடி இருக்கவும் அவரை நன்றாகக் கவனித்தேன். கையின் தசைநார்கள் நன்றாக முறுக்கேறியிருந்தன. குருதிப்புனல் கமல் மாதிரி முடி வெட்டியிருந்தார். முகம் நன்றாகச் சவரம் செய்யப்பட்டிருந்தது. கறுத்த உடம்புக்கு ஏற்றாற்போல் நல்ல உயரமாகவும் வாட்ட சாட்டமாகவும் இருந்தார். அவரைப் பற்றி இன்னும் சொல்வதானால் மைனா திரைப்படத்தில் வரும் போலீஸ்காரர் மாதிரியே இருந்தார். அவர் பேசப் பேச நான் பேசாமல் எந்த உணர்வையும் வெளிக்காட்டிக்கொள்ளாமல் அவர் பேசுவதை மட்டும் கேட்டுக்கொண்டு வந்தேன். அப்போது 'என்ன சார் நான் பேசுறேன் நீங்க பேசாமலே வர்றீங்க' என்றார்.

'நீங்க பேசுவது சரிதான். அதனால்தான் பேசாமல் வருகிறேன்' என்று அவர் பேச்சுக்கு இசைவாகப் பதில் கூறினேன். 'என்னங்க எங்க இருக்கீங்க' என்று ஒரு ரிங்டோன் வந்தது. அது இந்த அவஸ்தையில் இருந்து என்னைக் காப்பாற்றியது. 'திண்டுக்கல் வந்துட்டேம்மா இன்னும் பத்து நிமிசத்தில் வந்துருவேன்மா'. இப்படி அவர் அந்தத் தொலைபேசி அழைப்புக்குப் பதில் சொல்லிக்கொண்டிருக்கும்போதே எழுந்து அவரை விலத்திக் கொண்டு திண்டுக்கல் பேருந்து நிலையத்திற்கு முன்பாக உள்ள நிறுத்தத்தில் இறங்கிக் கொண்டேன். ஏன் அவர் என்னிடம் அவ்வாறு பேசினார். காரணம், நான் படித்துக் கொண்டிருந்த புத்தகம், 'ஈழத்தமிழரின் போராட்ட வரலாறு'. ஏன் அவ்வாறு என்னிடம் பேசினார் என்றால் அவர் மனைவிக்கு ஜாக்கெட்டும் பாவாடையும் வேண்டும். அதற்கு அதிகம் சம்பாதிக்க வேண்டும். பதவி உயர்வு வேண்டும். நான் நடந்தே பேருந்து நிலையம் வந்து சேர்ந்தேன்

○

எனக்கு ஒரு இலக்கிய நண்பர் இருந்தார். அவர் தன்னை கம்யூனிசவாதியாகக் காட்டிக்கொள்வார். நல்ல இலக்கியம் பேசுவார். அவருக்குப் பிடித்த இலக்கியவாதிகள் பற்றி மிகையாகப்

பேசுவார். இலக்கியம் தெரியாதவர்கள் யாராவது இவர் பேச்சைக் கேட்டால் எழுத்தாளர்களைவிட இவரைத்தான் தலையில் தூக்கி வைத்துக் கொண்டாடுவார்கள். அந்த அளவிற்கு அபரிமிதமாகப் பேசுவார். எனக்கு இலக்கியம் தெரியாததால் அவர் பேச்சு எனக்குப் பெரிய இலக்கியமாகத் தோன்றும். வாயைப் பிளந்து ரசித்து, ருசித்து அவரின் இலக்கியப் பேச்சைக் கேட்பேன். இலக்கியம் பேசியே அவர் வேலைக்காக என்னைக் கூட்டிச் செல்வார். நான் அவர் பேச்சில் மயங்கிப் பின்னால் செல்வேன். எல்லா எழுத்தாளர்களையும் பற்றிப் பேசிய அவர் சுந்தர ராமசாமி பற்றியோ 'ஒரு புளியமரத்தின் கதை' பற்றியோ இதுவரை அவர் ஏன் பேசவில்லை. இதைப்பற்றி ஒருநாள் யோசிக்கும் போது எனக்கு வேறு ஒரு சம்பவம் ஞாபகத்திற்கு வந்தது. ஈரோடு புத்தகக் காட்சிக்குப் போயிருந்தேன். அங்கு ஒரு நபர் வந்தார். உடன் இருந்த நண்பர் என்னை அறிமுகப்படுத்தினார். அவர் எடுத்த எடுப்பில் இப்படித்தான் ஆரம்பித்தார், 'நீங்கள் என்ன படிக்கிறீர்கள்?' நாவல் என்று பதில் சொல்லும் முன்பாக அடுத்த கேள்வி. 'நீங்கள் படித்த நாவல்களிலே உங்களுக்குப் பிடித்த நாவல்?' இப்பத்தான் படிக்கவே ஆரம்பித்திருக்கிறேன் என்று பதில் கூறி முடிப்பதற்கு முன்பாக அடுத்த கேள்வி. 'படித்தவரை?' எனது பதில் மௌனமாகிப் போனது. அவர் அடுத்த கேள்விக்கு வலையை வீசினார். 'உங்களுக்குப் பிடித்த எழுத்தாளர் யார்?' 'சுந்தர ராமசாமி' என்று ஒரு பதில் கூறியிருந்தால் அவர் விரித்த வலையில் விழுந்தவனாகிப் போயிருப்பேன். நான் விறால் மீன் மாதிரி முடிந்தவரை அவர் எதிர்பார்ப்பில் இருந்து தப்பிக்கப் படாதபாடுபட்டுக் கொண்டிருந்தேன். அவர் என்னை விடுவதாக இல்லை. ஒருகட்டத்தில் எரிச்சல் உச்சத்தை எட்ட, நீங்கள் யார்? என்னிடத்தில் உங்களுக்கு என்ன வேண்டும் என்று தடித்த வார்த்தை என் வாயிலிருந்து வேகமாகப் புறப்படவும் அதை எதிர்பார்க்காத அவர் அதிர்ச்சியில் உறைந்து போய்விட்டார். அவர் போகும்போது கடைசியாக என்னிடம் கூறியது: 'நீ ஒரு தத்தி என்று நான் தெரிந்துகொண்டேன்'. அந்த நபர் பிரபல எழுத்தாளருடைய உறவினர் மட்டுமல்ல அவரும் ஒரு எழுத்தாளர்தான். பின்னர்தான் நண்பர் கூறினார். விடுதலைப் புலிகளிடம் சொல்லிப் பச்சைப் பனைமட்டையால் நாலு சாத்து சாத்தினால் இவர்கள் திருந்துவார்களா?

எனது இலக்கிய நண்பர் நினைக்கும்போது இது துணைக்கதையாக வந்து ஒட்டிக்கொண்டது. அவ்வாறு தேனாக இலக்கியம் பேசும் எனது நண்பர், ஒருநாள் அவசரமாகத் தொலைபேசியில் அழைத்தார். முக்கியமான விடயம் பேச வேண்டும் உடனே வர முடியுமா என்றார். இலக்கியம்

பேசுவதைத் தவிர வேறு எனக்கு என்ன வேலை, உடனே வருகிறேன் என்றேன்.

எப்போதும் அவரது அலுவலகத்தில் உட்கார்ந்து பேசுவோம் அல்லது தேனீர் கடையில் நின்று பேசுவோம். அன்று பூங்காவுக்குப் போகலாம் என்றார். பூங்காவில் வாட்டமான தொந்தரவு இல்லாத ஓரிடத்தில் அமர்ந்தோம். கி.ரா.வுக்கும் அவருக்குமான உறவு. அவர் படிக்கிற காலங்களில் அவருக்கு அறிமுகமான இலக்கிய நண்பர்கள், புத்தகங்கள் எல்லாம் சிலாகித்துக் கதையாகக் கூறினார். எனக்குத் தரமான ஒரு இலக்கியக் கட்டுரை படித்த ஒரு பரவச நிலை. அப்படியே பரவசநிலையைத் தமிழ்நாட்டிலிருந்து ஈழத்திற்குக் கடத்திச் சென்றார். டானியலின் 'பஞ்சம'ரிலிருந்து எஸ்.பொ., சேரன் வரைக்கு வந்தார். இவரைவிடத் தமிழ்நாட்டில் இலக்கியம் தெரிந்தவர்கள் யாரும் இருக்க மாட்டார்கள் என்ற மனநிலை எனக்கு ஆழமாகப் பதிந்துவிட்டது. இந்தப் பரவச நிலையில் அவர் ஏதோ முக்கிய விடயம் பேச வேண்டும் என்று கூப்பிட்டதை நான் மறந்துவிட்டேன். ஏனோ இலக்கியம் பேசினால் மனது இளகிப் பரவசமாகிவிடுகிறது. அப்போதுதான் அவர் ஆரம்பித்தார். ஈழத்திலிருந்து ஒரு நண்பர் வந்திருக்கிறார். அவரைத் தங்க வைப்பதுடன் அங்குள்ளவர்களுக்குக் கொஞ்சம் துணிமணிகளும் சேகரித்து அவரிடம் கொடுத்தனுப்ப வேண்டும். நீங்கள் உதவ முடியுமா என்றார். ஒருவரியில் பதில் கூறினேன். 'வந்தவன் ஒரு அரசு உளவாளியாக இருக்கலாம். எனக்கு விபச்சாரி வீட்டுக்குப் போகும் பழக்கம் இருந்திருந்தால் எனக்கு ஒரு விபச்சாரியை ஏற்பாடு செய்திருப்பார்கள். தனி மனித சுதந்திரத்தைக் களவாடும் அரசு உளவாளிகள்.'

○

ஐம்பத்தைந்து, அறுபது வயது மதிக்கத்தக்க ஒரு மனிதர் வெள்ளைக்கலர் ஜிப்பாவும் வெள்ளை வேட்டியும் கட்டியிருந்தார். காலில் சாதாரண ரப்பர் செருப்பு. தலைக்கு எண்ணை வைத்து ஓரத்தில் வழித்துத் தலை சீவப்பட்டிருந்தது. மொழுக்கென்று முழுவதும் சவரம் செய்யப்பட்டிருந்த முகம். சாந்தமான கண்கள். நிதானமான நடை, அமைதியான பேச்சு. வந்து எனது வீட்டுக்கதவைத் தட்டியிருக்கிறார். மனைவி ஜன்னல் வழியாக எட்டிப்பார்க்கவும் அவர் நான் கர்த்தருடைய ஊழியன், கர்த்தர்தான் இறைவார்த்தையுடன் உனது வீட்டிற்கு வழி காட்டினார் என்று கூறியிருக்கிறார். தனியாக இருக்கும் எனது மனைவி நான் இல்லாத வேளையிலும் கர்த்தர் என்ற வார்த்தைக்காகக் கதவைத் திறந்தார். 'வாதை உன் கூடாரத்தை அண்டியிருக்கிறது. கர்த்தரின் நாமத்தால் வாதையை விரட்டவே

56 தொ. பத்திநாதன்

நான் வந்திருக்கிறேன். மகளே உன்னைப் பிடித்தத் துன்பம் இத்துடன் விலகிவிடும். உனது கணவன் மூலமாகவே அது இங்கு வந்திருக்கிறது. கர்த்தருக்குப் பிரியமானவளே' என்று ஆரம்பித்து கடவுளின் நாமத்தினால் உன்னை ஆசிர்வதிக்கிறேன். ஆமேன் ஆமென் என்று சட்டைப் பையில் இருந்து சிறு குப்பியை எடுத்து அதன் உள்ளிருந்த நீரால் உள்ளறை, சமையலறை, கழிவறை முன் விறாந்தை என அனைத்து இடத்திலும் தெளித்து அபிஷேகம் செய்துவிட்டுச் சென்றுவிட்டார். எத்தனை கடவுளைக் கொண்டு ஆசிர்வதித்தாலும் ஈழத்தமிழனைப் பிடித்திருக்கும் பேய் போகுமா?

எனது மனைவிக்குக் கடவுளிடம் உள்ள நம்பிக்கை கட்டின கணவன் மேல் இல்லை. கர்த்தர் மேல் சத்தியமாகச் சொல்கிறேன். வந்தவன் உளவுத்துறை போலிஸ் என்பதை மனைவி இன்றுவரை நம்பவில்லை. அவளுக்கு அவநம்பிக்கை என்ற பேய் போய்க் கடவுள் மேல் நம்பிக்கை என்ற பேய் வந்திருக்கிறது. மனைவி 'நான் இப்பதான் நிம்மதியா தூங்குறேன்' என்றாள். 'எனக்கு இப்பதான் தூக்கமே போச்சு' என்றேன்.

❖

ஈழத் தமிழ் அகதிகள் க்யூ பிரிவு, காவல் துறை, அரசு என பல்வேறு அதிகார மட்டங்களாலும் அச்சுறுத்தப்படுகிற தருணங்களையும், அச்சத்தின் பிடியில் தனி மனித சுதந்திரம்கூட இன்றி உரையாடலுக்கான வெளி இல்லாமை, சக மனிதர்களின் மேலான நம்பிக்கையின்மை எனப் பல்வேறு விதமான அகச் சிக்கல்களுக்கு உள்ளாகிறார்கள் என்பதைக் கோடிட்டுக் காண்பிக்கும் விதமாக இச்சிறு சிறு சம்பவங்களை இத்துடன் இணைத்துள்ளேன்.

ஏழைக்கு எழுத்தறிவித்தல்

உலகத்தில் ஏதோ ஓர் இடத்தில் தொடர்ந்து போர் நடந்துகொண்டிருக்கிறது. போர் காரணமாக ஒவ்வொரு நிமிடத்திற்கும் எட்டுப் பேர் தங்களது உயிரைக் காத்துக்கொள்ள இடம் பெயர்ந்து கொண்டிருக்கிறார்கள் என்கிறது ஐ.நா. இதில் பாதி பேர் குழந்தைகள் என்பது நவநாகரிகத்தில் உச்சத்திலிருக்கும் படித்த சமூகத்திற்கு ஏனோ தெரியவில்லை.

இவ்வாறு போர் காரணமாக இந்தியாவில் தஞ்சமடைந்தவர்களும் உண்டு. குறிப்பாகப் பாகிஸ்தான், ஆப்கானிஸ்தான், வங்கதேசம், திபெத், பர்மா எனத் தொடரும் அகதிகள் பட்டியலில் ஈழத்து அகதிகளும் அடக்கம். இந்தியாவில் தஞ்சம் புகுந்த அகதிகளில் ஈழத்து அகதிகளுக்கு மட்டும் கால்நூற்றாண்டு காலமாக ஏன் இந்தச் சாபக்கேடு? ஒருவேளை எட்டுக்கோடி தமிழர்கள் இந்தியக் குடிமக்களாக இருப்பதால்தானோ என்னவோ.

தமிழ்நாட்டில் அகதிகளாகத் தஞ்சம் கோரியதற் காகக் கொஞ்சம் கொஞ்சமாகக் கொல்லும் விஷம் செலுத்தப்பட்ட அகதிகள் பற்றி இரண்டு விசயங்கள் பதிவு செய்ய நினைக்கிறேன்.

முகாம்களில் படிப்பு விகிதம் குறைந்துகொண்டு வருகிறது. படித்துவிட்டுக் கூலிவேலை செய்வதற்கு எதற்குப் படிக்க வேண்டும் என்ற கேள்விக்கு யாரிடமாவது பதில் இருந்தால் முதலில் என்னிடம் கூறுங்கள்.

தொ. பத்தினாதன்

முகாம்களில் மாணவர்கள் மருத்துவம், பொறியியல் படிப்பிற்கு லட்சம் லட்சம் செலவு செய்து சில மாணவர்களுக்குச் சீட்டு வாங்கிக் கொடுத்தவர் (ஈழநேரு) உள்ளே கம்பி எண்ணி கவிதை வடிக்கிறார். அதிமுக, திமுக எதிர் எதிர் துருவங்கள் மாதிரி புலிகள் ஆதரவு – எதிர்ப்பு என்று குறிப்பாக இரண்டு தொண்டு நிறுவனங்கள் முகாமிற்குள் முழுமூச்சாக அகதி மாணவர்கள் படிப்புக்காகச் செயல்பட்டுக் கொண்டிருக்கும் சூழலில் ஒரு மாணவிக்குத் தகுதியிருந்தும் விரும்பிய படிப்பு படிக்க முடியவில்லை. ஒருவேளை அந்த மாணவி தொப்புள்கொடி உறவாக இல்லையோ என்னவோ. தொப்புள்கொடி உறவா இல்லையா என்று மரபணு சோதனை செய்ய வேண்டும் என்று இங்குள்ள தமிழ்த் தேசியங்களும் இயக்கங்களும் நம் கட்சிகளும் கோரிக்கை வைத்தால் ஆச்சரியப்பட ஒன்றுமில்லை. எல்லாவற்றிற்கும் அறிவியல் பூர்வமான ஆதாரம் வேண்டும் என்று பெரியார் பேரன்கள் கேட்டால் அதில் ஒரு நியாயம் இருக்கும்தானே?

ஈரோடு மாவட்டம் அரச்சலூர் அகதிகள் முகாமைச் சேர்ந்த கூலித் தொழிலாளியான ராஜா என்பவரது மகள் நந்தினி. அவள் +2 தேர்வில் 1170 மதிப்பெண் பெற்றுள்ளார். மருத்துவம் படிக்க விரும்பிய மாணவி அதற்கான கட் ஆப் 197.50 பெற்றுள்ளார். நந்தினிக்கு மருத்துவம் படிப்பதற்கான எல்லாத் தகுதியும் இருந்தும் அகதிக் கூலித்தொழிலாளி தன் மகளை மருத்துவம் படிக்க வைக்க விரும்பியும் அந்த மாணவி அகதி என்பதால் நிராகரிக்கப்பட்டுள்ளார். இந்தத் தகவல் சில பத்திரிகைகளில் அந்த மாணவியின் புகைப்படத்துடன் செய்தியாக வெளிவந்துள்ளது. கடைசி நேரத்தில் மருத்துவம் கிடைக்காமல் போனதால் அந்த மாணவியால் மற்ற படிப்புகளிலும் தேர்வாக முடியாத சூழல் ஏற்பட்டுள்ளது. மிகுந்த வருத்தத்திற்குரியது. சில இணையதளங்களிலும் செய்தி வெளியாகியுள்ளது.

ஆனால் தொப்புள் கொடி உறவுகளுக்காக ஓங்கி ஓங்கிப் பட்டாபோட்டுக் குரல் கொடுப்பவர்கள் எங்கே என்று நான் கேட்கவில்லை. ஒருவேளை ஈழத்தமிழர் இலங்கையிலிருந்து செத்திருந்தால் மட்டும்தான் குரல் கொடுப்பார்களோ என்னவோ?

டாஸ்மாக்கில் தாராளமாகத் தட்டுப்பாடின்றிச் சரக்கு கிடைப்பதால் அந்தப் பக்கம் சென்றிருக்கலாமோ என்னவோ. அல்லது ஆளும் கட்சிக்குப் பயந்து ஓடி ஒளிந்துகொண்டார்களோ என்னவோ?

அகதிகள் விடயத்தில் கீழ்நிலை அதிகாரிகளில் இருந்து மேல்நிலை அதிகாரிகள்வரை, அன்று முதல் இன்றுவரை குளறுபடி உள்ளது. தெளிவில்லாத நிர்வாகச் சீர்கேடு தொடர்கிறது.

அரசாணை (நிலை) எண்.143படி கல்வியாண்டில் இலங்கை அகதிகள் முகாம்களிலிருந்து பொறியியல் கல்லூரிகளில் சேர்க்கை பெற விரும்பும் மாணவர்கள் சம்பந்தப்பட்ட தலைமையிடத்து வட்டாட்சியரிடமிருந்து பெறப்பட்ட ஆளறிச் சான்றுடனும் அகதிகள் முகாம்களில் பதிவு செய்யப்படாதவர்கள் அவர்களுடைய விசா மற்றும் கடவுச்சீட்டுடன் விண்ணப்பிக்க வேண்டும் என்ற நிபந்தனையுடன் பொறியியல் கல்லூரிகளில் மற்ற மாணவர்கள் சேர்க்கை முடிவுற்ற பின் சுயநிதி பொறியியல் கல்லூரியில் அனுமதிக்கப்பட்டுள்ள இடங்களுக்கு மிகாமலும் பொதுப்பிரிவில் காலியிடங்கள் ஏதும் இருப்பின் அதில் இலங்கை அகதி மாணவர்களைச் சேர்க்கப் பரிசீலிக்குமாறு தொழில்நுட்பக் கல்வி ஆணையர் கேட்டுக் கொள்ளப்பட்டார்.

அரசாணை (14) எண் 207 (31.08.2009 மற்றும் அரசாணை (நிலை) எண் 172, 29.06.2010உம்) இதையே கூறுகிறது.

எனக்குத் தெரிந்த பேராசிரியரிடமிருந்து இந்த அரசாணை யைக் காண்பித்து விளக்கம் கேட்டேன். அவர் அரசு மிகக் கவனமாக வார்த்தைகளைக் கையாண்டு இருக்கிறது. இந்த அரசாணைப்படி கல்வி நிறுவனம் விரும்பினால் கொடுக்கலாம் விரும்பவில்லையானால் மறுக்கலாம் என்றார்.

இந்த அரசாணை எதிலும் மருத்துவப் படிப்பு அகதிகள் படிப்பது பற்றிக் குறிப்பிடவில்லை. ஆனால் அரசாணை (பல்வகை) 278 பொது (ம.வா) துறை 19.03.2012 (இணைப்பு–18)படி முகாமில் வசிக்கும் இலங்கைத்தமிழ் மாணவர்களுக்குக் கல்வி உதவித்தொகை வழங்கப்படுகிறது என்று குறிப்பிட்டுப் பொறியியல் 2750/–, மருத்துவம் 4700/–உம் என்று குறிப்பிட்டுள்ளார்கள். அனுமதிக்காத படிப்புக்கு உதவித்தொகை எப்படி வழங்குவார்கள். இது அரசு அதிகாரிகளின் கவனக்குறைவா அல்லது அப்படித்தானா?

இன்னுமொரு முக்கிய விடயம். அரசு ஆணை (நிலை) எண் 114இன்படி பள்ளிகள் மற்றும் கல்லூரிகள் முகாமிலிருந்து வெகு தொலைவில் அமைந்துள்ளதால் மாணவ/மாணவியர் கல்வி பயிலச் சிரமமாக உள்ளதால் ஆதிதிராவிடர் மற்றும் பழங்குடியினர் நலத்துறை மற்றும் பிற்படுத்தப்பட்டோர், மிகவும் பிற்படுத்தப்பட்டோர் மற்றும் சிறுபான்மையினர் நலத்துறையின்

கீழ் நிர்வகிக்கப்பட்டு வரும் விடுதிகளில் முகாம்வாழ் இலங்கைத் தமிழர்களின் குழந்தைகளுக்கு நன்மை பயக்கும் எனவும் அவர்கள் தடையின்றிக் கல்வி பயில ஏதுவாக இத்துறையின் கீழ் இயங்கும் விடுதிகளில் அனுமதிக்கப்பட்டுள்ள மாணவர்களின் எண்ணிக்கைக்கு ஊறு விளைவிக்காத வகையில் ஒவ்வொரு விடுதியிலும் ஐந்து இடங்களை ஏற்படுத்தி அவற்றில் முகாம் வாழ் இலங்கைத் தமிழர்களின் குழந்தைகளுக்கு ஒதுக்கீடு செய்து அரசாணை பிறப்பிக்குமாறு அரசைக் கோரியுள்ளனர். அதன்படி 6190 கூடுதல் இடங்கள் தோற்றுவித்து அதற்கான பணமும் ஒதுக்கீடு செய்துள்ளது. 2011இல் இந்த ஆணை பிறப்பிக்கப்பட்டிருந்தாலும் அதன்பிறகு எந்த மாற்றமும் நிகழவில்லை. அதுவே நடைமுறையில் உள்ளது.

வேடிக்கை என்னவென்றால் விடுதியில் தங்கிப் படிக்க அகதிகளுக்குக் கூடுதலாக ஆதிதிராவிடர் மற்றும் பழங்குடியினர், பிற்படுத்தப்பட்டோர் மற்றும் மிகவும் பிற்படுத்தப்பட்டோர் விடுதிகளில் இட ஒதுக்கீடு வழங்கப்பட்டுள்ளது. ஆனால் படிப்பதற்குப் பொதுப்பிரிவில் நிறுவனம் விரும்பினால் கொடுக்கலாம்.

பொதுப்பிரிவில்தான் மேம்பட்ட சமூகத்தைச் சேர்ந்த மாணவர்கள் பெருவாரியாகக் கல்வி நிறுவனங்களுக்குள் செல்வார்கள். அகதிகளால் அவர்களுடன் செல்ல முடியுமா? மிகவும் பிற்படுத்தப்பட்டோருக்கும் கீழான நிலைதானே அகதிகள் நிலை.

தங்கிப் படிக்க இடஒதுக்கீடு செய்த அரசால் படிப்பதற்கு மிகவும் பிற்படுத்தப்பட்டோர் பட்டியலில் சேர்த்து இடஒதுக்கீடு செய்ய முடியுமல்லவா?

ஸ்ரீரவிசங்கர் 'அவர்கள் வாழ்நாள் முழுவதும் அகதிகளாகவே வாழ முடியாது' என்று கூறுகிறார். அவருக்கு இருக்கும் உணர்வுகூட நம்ம தொப்புள்கொடிகளுக்கு இல்லை என்பதுதான் வேதனையானது.

மெத்தப்படித்தவர்களின் அறிவுதான் இன்று உலகம் முழுவதும் அகதிகளை உருவாக்கிக்கொண்டிருக்கிறது. ஆயுத உற்பத்திப் பெருக பெருக அகதிகளும் பெருகிக்கொண்டேதான் இருப்பார்கள்.

அன்னசத்திரம் ஆயிரம் வைத்தல்
ஆலயம் பதினாயிரம் நாட்டல்,

அன்னயாவினும் புண்ணியங்கோடி
ஆங்கோர் ஏழைக்கு எழுத்தறிவித்தல்.

ஈழ அகதிகளும் சாதியமும்

1983ஆம் ஆண்டு முதல் 2014வரை தமிழ் நாட்டுக்கு ஈழத்தமிழ் அகதிகள் வருவதும் போவதும் தொடர்கதையாக நடந்துகொண்டிருப்பது அறிந்த ஒன்றே. எம்ஜிஆர் முதல்வராக இருந்த காலத்தில்தான் ஈழத்தமிழ் அகதிகளின் வருகை ஆரம்பமாகிறது. அந்தக் காலகட்டம் அகதிகளுக்கு வசந்தகாலமாக அமைந்திருந்தது. அதனைத் தொடர்ந்து 1991ஆம் ஆண்டுக்குப் பின்னான ஈழத்தமிழ் அகதிகளின் தமிழ்நாட்டு வாழ்க்கை அடிமை முறைக்கும் அடக்கு முறைக்கும் மேலாகச் சிறப்புச் சிறை வாழ்க்கைக்கு ஒப்பானது என்பது மிகைப்படுத்தப்பட்ட தகவலில்லை.

தமிழகத்தில் ஈழ அகதிகள் வாழ நேர்ந்த காலகட்டத்திம் திராவிடக் கட்சிகளின் ஆட்சிக் காலம் என்பது தெளிவு. கால்நூற்றாண்டைக் கடந்தும் தமிழகத்தில் வாழ்ந்துவரும் ஈழ அகதிகளின் (கிட்டத்தட்ட ஒரு லட்சம் பேருடைய) வாழ்க்கை சொல்லொணாத் துயரத்துடன் தொடர்கின்ற நிலை மிகவும் கவலைக்குரியதும் கவனிக்கப்பட வேண்டிய ஒன்றும்.

இப்படி ஈழ அகதிகள் நீண்டகாலத் தற்காலிக வாழ்க்கையைத் தமிழகத்தில் வாழ்வதென்பது தமிழகத் தமிழர்களுக்கு அவமானம் என்பதைக் கூற வேண்டியதில்லை.

ஈழ அகதிகளின் பிரச்சினையான வாழ்வியல் சூழல் தொடர்ந்து புறக்கணிக்கப்படுவதன், மறைக்கப்

தொ. பத்தினாதன்

படுவதன் நோக்கமென்ன என்கிற பெரிய கேள்வி தொக்கி நிற்கிறது. தொப்புள்கொடி உறவுகளாலும் ஈழத்தில் இறந்தவர்களை வைத்து அரசியல் செய்யும் அரசியல்வாதிகளாலும் பத்திரிகை முதல்கொண்டு வெகுஜன ஊடகங்களாலும் புறக்கணிக்கப்படுவது கவனிக்கப்படாமல் இருப்பதன் மர்மம் என்ன என்கிற கேள்வியும் எழுகிறது. அத்துடன் 'தற்போது முகாம்களில் வாழும் அகதிகள் ஈழத்து அகதிகள்தானா?' என்ற கேள்வி எழுவதையும் தவிர்க்க முடியவில்லை.

முகாம்வாழ் ஈழத்தமிழ் அகதிகளின் அடிப்படை, அவர்கள் மரபு, உளவியல், இங்குள்ள (தமிழ்நாட்டு) அரசியல் சூழல் போன்றவற்றை முதலில் புரிந்துகொள்வது அவசியமானது என்றே கருதுகிறேன்.

தமிழ்நாடு வாழ் ஈழத்தமிழ் அகதிகள் குறித்த அடிப்படையை விளக்க இந்தத் தரவுகள் கூடுதலாக உதவும் என்பதால் சற்று விரிவாக எழுத முற்படுகிறேன்.

1830இல் இங்கிலாந்தில் அடிமைமுறை ஒழிப்புச் சட்டம் நிறைவேற்றப்பட்டது. இது இங்கிலாந்திற்குப் பொருந்தும்; இந்தியாவிற்குப் பொருந்தாது. விவசாயத்திற்கு அடிமைகள் தேவை என்பதால் இந்தியப் பண்ணையார்கள் அச்சட்டத்திற்கு எதிர்ப்பு தெரிவித்தனர். அச்சட்டத்தை 1843ஆம் ஆண்டு ஆங்கிலேயர்கள் இந்தியாவில் நடைமுறைப்படுத்தினர். இதன் பின்னர்தான் இந்தியர்கள் அச்சட்டத்தின்படி வெளிநாடுகளுக்குக் குடியேறினர். குறிப்பாக இலங்கை, பர்மா, இந்தோனேஷியா, மொரீசியஸ், மேற்கிந்தியத் தீவுகளுக்குக் குடியேறியதன் பயனாக அந்நாட்டுத் தோட்டத் தொழில்கள் விரிவடைந்தன. அப்போது இலங்கையும் இந்தியாவும் கிழக்கிந்தியக் கம்பெனியினரின் ஆளுகைக்குட்பட்டிருந்ததால் அம்மக்களை இலகுவாகக் கடல் கடந்து இலங்கைக்கு அனுப்ப முடிந்தது.

தமிழகத்தின் மற்ற மாவட்டங்களில் உள்ளவர்களைக் காட்டிலும் மதுரை, திருநெல்வேலி, இராமநாதபுரம் பகுதியைச் சேர்ந்தவர்களே அதிகமாக இலங்கை சென்றுள்ளதாக வரலாற்றுரீதியாக அறிய முடிகிறது.

இவர்கள் அவ்வாறு இலங்கை தோட்டத்தொழிலுக்குச் சென்றதன் காரணம் என்ன என்று வே.தி. செல்வம் அவரது 'தமிழக வரலாறும் பண்பாடும்' என்ற புத்தகத்தில் கூறுகிறார். அதில் அவர் குறிப்பிடும் முதல் காரணம் முக்கியமாகக் கவனிக்கப்பட வேண்டியது.

முதற்காரணமாகச் 'சாதிக் கொடுமைகளும் சமுதாயத் துன்புறுத்தல்களும்' எனக் குறிப்பிடும் அவர், 'வறுமை, பட்டினி, பஞ்சம், பொருளாதாரத் துன்புறுத்தல், கட்டாயத் தண்டங்கள், வட்டிக் கடைக்காரர்களின் கொடுமை' என மற்றைய காரணங்களைக் குறிப்பிடுகிறார். ஆதிக்கசாதிக் கொடுமை என்கிறபோது அவர்கள் சமூகத்தில் கீழ்நிலைச் சாதியாகத்தானிருப்பார்கள் என்பது நமக்குப் புரிகிறது. கீழ்நிலைச் சாதி, சாதிக்கொடுமை என்கிறபோது அவர்களுடன் வறுமையும் பஞ்சமும் பட்டினியும் பொருளாதாரத் தொந்தரவுகளும் என எல்லாப் பிரச்சினைகளும் இலவசமாக ஒட்டிக்கொள்ளும்.

தமிழர்கள் இங்கிருந்து இலங்கை செல்வதற்குச் சாதிக் கொடுமையும் அதனால் ஒத்த பிரச்சினைகளும் காரணமாக இருந்த நிலையில், ஆங்கிலேயர்களின் நிலை இலங்கையில் என்னவாக இருந்தது? அவர்கள் சிங்களவர்களை நம்பவில்லை. அவர்களைச் சோம்பேறிகள் என்று கருதினார்கள். அதனால் ஆங்கிலேயர்கள் தமிழகத் தொழிலாளர்களை இறக்குமதி செய்தார்கள்.

தமிழகத் தொழிலாளர்களின் 'கீழ்ப்படிதலை' ஆங்கிலேயத் தோட்ட முதலாளிகள் விரும்பினார்கள். இவர்கள் சிறந்த உடல் உழைப்பாளிகள் என்பதையும் அவர்கள் அறிந்திருந்தார்கள்.

இலங்கைத் தோட்டத் தொழிலாளர்களின் நிலை குறித்துக் குறிப்பிடும் எமர்சன் டென்னட் 'அவர்கள் பொறுக்கும்வரை பொறுத்திருந்துவிட்டு முடியாத நிலையில் வாய்மூடி மௌனமாக இந்தியாவிற்குத் திரும்புவார்கள்' என்று குறிப்பிடுகிறார்.

இங்கு ஒன்றைக் கவனிக்க வேண்டும். அம்மக்கள் காலங்காலமாகவே அடிமை மனநிலையிலிருந்தனர். இந்தியாவில் மேல்சாதியிடத்தில் அடிமையாக்கப்பட்டுப் பழக்கப்படுத்தப்பட்ட சமூகம், இலங்கையில் தோட்டத் துரைமார்களிடத்திலும் அடிமையாகவே இருந்தது. அதைத்தான் இங்குள்ள ஆதிக்கசாதிச் சமூகமும் விரும்பியது. அங்குள்ள வெள்ளைக்காரத் துரைகளும் அப்படித்தான் விரும்பினார்கள். மேல்தட்டு ஆதிக்க சமூகம் வரிந்து கட்டிப் பல்வேறு வழிகளில் அம்மக்கள்மேல் திட்டமிட்டு அடிமை வாழ்வைத் திணித்தது என்பது மறுக்க முடியாத உண்மை.

இந்த மக்களின் தொடர்ச்சிதான் இன்று தமிழகத்தின் அகதி முகாம்களில் வசிக்கும் தமிழர்கள் என்பது ஆச்சரியமான விசயம் இல்லை.

இப்படி இலங்கையில் தோட்டத்திற்கு வேலைக்குக் கொண்டு செல்லப்பட்ட தமிழ்நாட்டுத் தமிழர்கள் 37 சாதியைச் சேர்ந்தவர்கள் என்பது மட்டுமின்றி, அவர்களில் பெரும்பான்மை கீழ்த்தட்டுச் சமூகமாக இருந்திருக்கிறார்கள் என்பது வரலாற்றுக் கண்கூடு.

தமிழ்நாட்டுச் சூழலில் அவர்கள் எப்படி வாழ்ந்தார்களோ அப்படியே அதாவது, பழக்கவழக்கங்களுடனும் சாதி, சமய, கலாச்சாரங்களுடனும் அம்மக்கள் இலங்கையில் குடியேறினார்கள்.

தோட்டத்தில் பணிபுரியும் கூலிகளாகத் தமிழ்நாட்டுத் தமிழர்களும், ஆங்கிலம் கற்றுத் தோட்டத்தில் உத்தியோகம் பார்க்கும் அதிகாரிகளாக யாழ்ப்பாணத் தமிழர்களும் இலங்கையில் பணிபுரிந்தனர். மலையகத்தில் யாழ்ப்பாணத்தவர் 'கறுப்புத் துரைமார்கள்' என்றே அறிமுகப்படுத்தப்பட்டிருந்தனர். மலையக மக்களுக்கு பிரஜா உரிமைச் சட்டத்தின் மூலம் பிரச்சினைகள் எழுந்தபோது யாழ்ப்பாணத்துத் தமிழர்களோ பூர்வீகத் தமிழர்களோ பெரிதாகக் குரல் கொடுக்கவில்லை. இவ்வாறான சூழலில் 'யாரை நம்பினாலும் வடக்கத்தியானை நம்பாதே' என்று யாழ்ப்பாணத்தவரும் 'சிங்களவனை நம்பினாலும் யாழ்ப்பாணத்தானை நம்பாதே' என்ற மனநிலை தோட்டத் தொழிலாளர்களுக்கும் இருந்தது கவனிக்கத்தக்கது.

யாழ்ப்பாணத்து ஆதிக்க சமூகம் அம்மக்களைக் 'கீழ்ச்சாதி' எனப் புறக்கணித்தது.

மலையக மக்கள் தொடர்ந்து சிங்கள அரசால் புறக்கணிக்கப் படுவதை நன்கறிந்த நேரு, அவர்களின் பிரச்சனைகளைத் தீர்க்க முயன்றார். முடியாத பட்சத்தில் இலங்கை இந்தியக் காங்கிரசை உருவாக்கிக் கொடுத்தார்.

நடேசையர் போன்றவர்களின் பங்களிப்பில் அரசியல் போராட்டங்கள் நடந்துகொண்டிருப்பது சிங்கள அரசுக்குத் தலைவலியாக ஆனது. அரசியல்ரீதியாகத் தங்கள் பலம் குறைந்துவிடுமோ என்ற அச்சமும் சிங்கள அரசுக்கு ஏற்பட்டது. இதில் முக்கியமாக அநாகரிக தர்மபால போன்றவர்கள் சிங்கள மக்கள் மத்தியில் இனத் துவேசத்தை விதைத்தார்கள்.

அதன் தொடர்ச்சியாக 1964ஆம் ஆண்டு சிறீமா–சாஸ்திரி ஒப்பந்தம் ஏற்பட்டது. அதன்படி 5,25,000 மலையகத் தமிழர்களை இந்திய அரசும், 3,00,000 மலையகத் தமிழர்களை இலங்கைக் குடிமக்களாக இலங்கை அரசும் ஏற்றுக்கொண்டது. இந்த

மூன்று லட்சம் பேரும் இலங்கையின் தமிழர் பகுதிகளில் குடியமர்த்தப்பட்டனர். யாழ்ப்பாணத்தில் மிக மிகச் சொற்பமாகவும் வவுனியா, கிளிநொச்சி, மன்னார், முல்லைத்தீவு மாவட்டங்களில் கணிசமானவர்களும் குடியமர்த்தப்பட்டார்கள். மேலும், குறிப்பாகக் கிளிநொச்சி இவர்களுக்காகவே உருவாக்கப் பட்டது.

இங்கு முக்கியமாகச் சில கேள்விகள் எழுகிறது:

அ) மனவசியத்திற்கு ஆட்பட்டுத் தற்கொலைப் போராளி களாக இறந்தவர்கள் எந்தச் சாதியைச் சேர்ந்தவர்கள்? எந்தப் பகுதியைச் சேர்ந்தவர்கள்?

ஆ) போர்க்களத்தில் அடிமட்டப் போராளிகளாகப் போராடி மாண்டவர்கள் யார்? எந்தப் பகுதியினர்?

இ) 2009இல் முள்ளிவாய்க்காலில் இறந்தவர்கள் யார்? எந்தப் பகுதியினர்?

ஈ) முள்வேலிக்குள் அடையுண்டவர்கள் யார்? எந்தப் பகுதியினர்?

உ) தமிழகத்தில் இன்று அகதி முகாம்களில் அடைபட்டுக் கிடப்பவர்கள் யார்? எந்தப் பகுதியைச் சேர்ந்தவர்கள்?

மேற்குறிப்பிட்ட அத்தனை கேள்விக்குமான ஒரே பதில் கணிசமானவர்கள் இந்திய வம்சாவழி ஈழத்தமிழர்கள் என்பது எனது ஆய்வு முடிவு. இன்னும் கூடுதல் ஆய்வுக்குட்படுத்தினால் மகிழ்ச்சி.

இன்று ஐரோப்பாவில் கணிசமாக வாழும் ஈழத்தமிழர்கள் யார்? எந்தப் பகுதியினர் என்ற கேள்விக்கான பதிலை வாசகரிடத்திலேயே விடுகிறேன்.

இதன் தொடர்ச்சியாக இன்று தமிழகம்வாழ் ஈழத்தமிழ் அகதிகளின் சாதிரீதியான போக்கு என்ன என்பதைப் பார்க்கலாம்.

60% விழுக்காட்டிற்கும் அதிகமாக இந்திய வம்சாவழித் தமிழர்கள் வாழும் அகதிகள் முகாம்களில் 1990 முதல் கிட்டத்தட்ட 2010வரை சாதிரீதியான வெளிப்பாடுகள் பெரிதாக எங்கும் தென்பட்டதில்லை. சமீபகாலங்களில் சாதியின் கோரமுகம் வெளிப்பட ஆரம்பித்திருக்கிறது.

முகாமில் வாழக்கூடியவர்கள் வேறு வேறு ஊரைச் சேர்ந்த, வேறு வேறு சமூகத்தைச் சேர்ந்த கலவையாக இருக்கிறார்கள்.

அதனால் அவர்கள் ஒடுக்கப்பட்ட சமூகம் என்பதை மறைத்து ஆதிக்கசாதி என்று காட்டிக்கொள்வது சுலபமாக இருக்கிறது. சாதிய அடுக்குகளைத் தக்கவைத்து ஆதிக்கசாதி என சாதியத்தைக் காப்பாற்றவும் அவர்கள் விரும்புகிறார்கள்.

மதுரை முகாம்களிலும் அதனைச் சுற்றியுள்ள மாவட்டங்களில் உள்ள முகாம்களிலும் வசிக்கிற இந்திய வம்சாவழி ஈழத்தமிழர்கள், தங்கள் பகுதியில் எந்தச் சாதியின் ஆதிக்கம் உள்ளதோ அதுவே தங்கள் சாதி என்று பெருமைப்பட்டுக்கொள்ள விரும்புகிறார்கள்.

முகாமிற்குள் காதல் திருமணங்கள் கண்மூடித்தனமாகப் பாய்ந்திருந்தாலும் கல்யாணத்திற்குப் பின்பு உறவினர்கள் முன்னிலையில் தாழ்வுணர்வுக்குத் தள்ளப்படுவதை அவர்களால் தவிர்க்க முடிவதில்லை.

திருமண அழைப்பிதழ்கள் ஒன்றில் வெளிப்படையாகவே தேவர் சமூகம் என அச்சிடப்பட்டிருக்கிறது. மற்றொன்றில் சாதி முன்னிலைப்படுத்தப்படாது பெரியப்பா, சித்தப்பா, மாமா, மாமி என உறவுகள் முன்னிலைப்படுத்தப்படுகிறது. காரணம் இது சாதிகடந்த திருமணத்தின் அழைப்பிதழ். இது வரவேற்கப்பட வேண்டியதுதானே என்று அவசரப்படத் தேவையில்லை. இயலாமையிலும் வருத்தத்துடனுமே இந்த அழைப்பிதழ் அச்சடிக்கப்பட்டுள்ளது என்பது சம்பந்தப்பட்டவர்களிடம் பேசியதில் அறிந்த விசயம்.

எனக்குத் தெரிந்த ஒருவருக்கு நான்கு வருடமாக முகாம்களில் பெண் தேடினார்கள். அவருக்குப் பெண் கிடைக்காததற்கு இரண்டு காரணம். ஒன்று அவர்கள் சார்ந்த சாதிப்பெண் இல்லை. இரண்டு அவர் சாதிப் பெண்ணைத் தேடிக்கொண்டிருந்ததில் அவருக்கு வயதாகிவிட்டது. முகாம்களில் அவர் வயதுக்கு தோதான பெண்ணில்லை.

மற்றொரு நபருக்கு அவர்கள் சாதிக்குள் பெண் தேடினார்கள். கிடைக்கவில்லை. இலங்கையிலிருந்து சொந்தக்காரப் பெண்ணை வரவழைத்துத் திருமணம் செய்து வைத்தார்கள். அந்தப் பெண் இந்தியா வருவதற்கு மூன்றுமாதம் விசா வழங்கப்பட்டிருந்தது. விசா முடிந்ததும் அகதிகள் மறுவாழ்வுத்துறையிடம் அகதியாகப் பதிவுசெய்யக் கேட்டிருக்கிறார்கள். பாஸ்போட்டில் சுற்றுலா விசாவில் வந்தவர்களுக்கும் எங்களுக்கும் எந்தத் தொடர்புமில்லை. ஆனாலும் நீங்கள் உங்கள் முகாம் க்யூ பிராஞ்சிடம் கூறிவிட்டு முகாமில் வசிக்கலாம் என்றிருக்கிறார்கள். அவ்வாறே நடந்தது.

நான்கு மாதங்களில் அப்பெண் தன் அம்மாவுக்கு உடல்நிலை சரியில்லை என்று கூறித் தன் விசாகாலம் முடிந்து கூடுதலாக

தங்கியிருந்ததற்குத் தண்டம் கட்டி இலங்கை சென்றார். ஆனால் அந்தப் பெண்ணால் திரும்பி இந்தியாவிற்கு வரமுடியவில்லை. இலங்கையில் இந்தியத் தூதரகத்தில் விசாகாலம் முடிந்து ஒருமாதம் கூடுதலாகத் தங்கியிருந்ததால் இரண்டாண்டுகளுக்கு இந்தியா செல்ல அப்பெண்ணுக்குத் தடை விதிக்கப்பட்டுள்ளது. சாதி பார்த்துச் செய்த திருமணம் சங்கடத்தை உண்டுபண்ணிக் கொண்டிருக்கிறது.

மற்ற விசயங்களைக் காட்டிலும் கல்யாணத்தில் மட்டுமே முகாம்களில் 'சாதிச் சண்டித்தனம்' செய்கிறதைக் கவனிக்க முடிகிறது. ஆனாலும் வெளிநாட்டு மாப்பிள்ளை என்றதும் சாதி, வயது, படிப்பு, பிராந்தியம் என அனைத்தும் உடைத்தெறியப்படுவது இயல்பாக நடந்துகொண்டிருக்கிறது. கடந்த பத்தாண்டுகளுக்கு முன்பு ஐரோப்பாவில் மணப்பெண்ணுக்குப் பெரும் தட்டுப்பாடு நிலவியது. ஐரோப்பாவில் சாதிச்சங்கங்கள், பிராந்திய ரீதியாகவும் சங்கங்கள் இருப்பதாகத் தகவல். ஆனால் முகாமிலிருந்து வரவழைக்கக்கூடிய பெண்ணை (குறைந்த வயதோ, கூடிய வயதோ) ஆதிக்கசாதி என்று போன இடத்தில் கூறிக்கொண்டு சாதியத்தைத் தக்கவைத்துக் கொள்வது ஒன்றும் சிரமமான காரியமில்லை.

ஆனால் தற்போது வெளிநாடுவாழ் தமிழர்களின் வாரிசுகள் வெள்ளைகாரப் பெண்ணையோ பையனையோ திருமணம் செய்துவிடக் கூடாது என்ற கவலை மேலோங்கியிருக்கிறது. இலங்கைக்காரப் பையன் எந்தச் சாதியாக இருந்தாலும் அவர்களின் வாரிசுகள் திருமணம் செய்தால் ஏற்றுக்கொள்ளும் மனநிலைக்கு வந்திருக்கிறார்கள். அதுவும் பெற்றோர்கள் விருப்பப்பட்டு ஏற்றுக்கொள்வதில்லை. வெள்ளைக்காரன்களை திருமணம் செய்வதைவிட வேற்றுச்சாதி என்றாலும், இலங்கை பெண் – ஆண் திருமணம் செய்தால் பரவாயில்லை என்று வேறு வழியில்லாமல் ஒத்துக்கொள்கிறார்கள், ஏற்றுக்கொள்கிறார்கள்.

முகாமில் குடிவெறியில் சாதிச்சண்டை நடந்துகொண்டிருந்த நிலை மாறி இன்று கோயில் வரையும் சாதியம் எட்டிப் பார்த்திருக்கிறது. "குறைந்த சாதிக்காரப் பூசாரி காலில் நான் விழுவதா? நாங்க மதுரைக்காரங்கடா" என்று புதிதாகப் பிரச்சினை ஆரம்பித்திருக்கிறது.

விடுதலைப்புலிகள் காலத்தில் இலங்கையில் சாதி பேசியவனுக்கெல்லாம் பச்சைப் பனைமட்டையில் அடிவிழுந்தது. அப்போது மேலோட்டமாக மறைத்து வைக்கப்பட்ட

சாதிச் சனியன் 2009க்குப் பின்பு மெதுமெதுவாகத் தழைக்க ஆரம்பித்திருப்பதைத்தான் இச்சிறு சிறு சம்பவங்கள் எடுத்துரைக்கின்றன.

"அரசு கொடுக்கும் உதவித்தொகை, கடுமையான அரசு கட்டுப்பாட்டுக்குள்ளும், அவ்வப்போது கூலிவேலையில் கிடைக்கும் ஊதியமும், ஒரு தொலைக்காட்சிப் பெட்டி, ஓர் இரு சக்கர வாகனம் இருந்தால் போதும். இவர்கள் சாதி என்ன, அதற்கு மேலும் பேசுவார்கள்" என்கிறார் முகாம்வாசி ஒருவர்.

60 விழுக்காடு உள்ள இந்திய வம்சாவழித் தமிழர்கள் தவிர்த்து மற்ற சாதியைச் சேர்ந்தவர்கள் தெருவுக்கு வராமல் அமைதியாக இருக்கிறார்கள். ஆனால் அவர்கள் உறவு, நட்பு எல்லாமே மிக நிதானமாக சாதிய வட்டத்திற்குள்தான் இருக்கிறது என்பது மறுக்க முடியாத உண்மை.

மரபு ரீதியாக அடிமைப்பட்ட சமூகமாக இருந்தவர்கட்கு இன்றுதான் ஆதிக்கசாதிக்காரன் என்று வெளிப்படுத்த எந்தத் தடையும் இல்லை என்கிறபோது அவர்கள் அதைக்கூறிப் பெருமைப்பட்டுக் கொள்கிறார்கள். இச்சிறுசிறு சம்பவங்கள் தவிர்த்து இம்மக்கள் சாதிரீதியாக முன்னேறவில்லை என்பது சற்று ஆறுதலான விசயம். பரிணாம வளர்ச்சியின் தொடர்ச்சியில் காலப்போக்கில் அப்படி நடந்தாலும் ஆச்சர்யப்படுவதற்கு ஒன்றுமில்லை.

இப்படிப்பட்ட ஈழ அகதிகள் முகாம் சூழலை அவதானிக்கும் போது, எழுத்தாளர் ஸ்டாலின் ராஜாங்கம் கூற்றுப்படி 'இன்று தமிழ்நாட்டில் திராவிடக் கட்சிகளின் எழுச்சியில் எழுச்சியடைந்த (ஓட்டு அடிப்படையில்) இடைநிலைச் சாதிகளால்தான் தலித்துகளுக்குப் பிரச்சினை' என்கிறார். அதனடிப்படையில் பார்த்தால் இன்று இடைநிலைச் சாதிகளின் அரசியல் கட்சிகளால், அவர்கள் நடத்தும் ஊடகங்களால், அவர்கள் நடத்தும் அரசுகளால் எந்தப் பிரயோசனமும் இல்லாத அகதிகள் கண்டுகொள்ளப்படாமலிருப்பது ஆச்சர்யப்படுவதற்கில்லை. ஏனெனில், முகாமில் வசிக்கும் கணிசமானோர் தலித்துகளே.

ஓட்டுரிமையிருந்தால் மட்டும் நாடிவரும் இடைநிலைச் சாதிச் சமூகம் எதுவுமற்ற அகதிகளுக்கு என்ன செய்வார்கள்? கொடுக்கல் – வாங்கல் – வியாபாரம் அதுவே நமக்கு உலக மயமாக்கல் மீண்டும் மீண்டும் கற்றுக் கொடுத்த பாடம்; அகதிகளிடம் திருப்பிக் கொடுக்க என்ன இருக்கிறது? ஓட்டு இருக்கிறதா? தலித் மக்களையும்விட ஒதுக்கப்படுகிறார்கள்

அகதிகள். ஓட்டுரிமை உள்ள தலித்துகளின் நிலையை நான் சொல்ல வேண்டியதில்லை. அதற்கும் கீழ்நிலையே அகதிகளின் நிலை.

'கல்வி அறிவில்லாத, அறியாமையின்
இருளில் தவிக்கும் இந்த ஏழை
தனக்கெதிரான சட்டங்களையோ
ஆட்காட்டிகளின் தீச்செயல்களையோ
வேலை கொடுப்போரின் கொடுமைகளையோ
எதிர்க்கும் சக்தியற்றவர்கள்.'

என்று இந்திய வம்சாவழித் தமிழருக்காக முதன்முதலில் குரல் கொடுத்த பொன்னம்பலம் அருணாச்சலம் 1916ஆம்ஆண்டு கூறியது இன்று தமிழ்நாட்டு ஈழத்தமிழ் அகதிகளுக்குக் கனக்கச்சிதமாகப் பொருந்துவதை எண்ணி என்ன செய்ய?

தொ. பத்தினாதன்

மதிப்பிற்குரிய
சட்டமன்ற உறுப்பினருக்கு

ஜூன் 20 அகதிகள் தினமாக உலகம் முழுவதும் கடைப்பிடிக்கப்படுகிறது. இந்நாளில் சமூக ஆர்வலர்கள், மனித உரிமைச் செயல்பாட்டாளர்களின் உறுதிமொழியேற்பு, அமைதி ஊர்வலங்கள் எனப் பல்வேறு செய்திகளைப் பத்திரிகைகளும் தொலைக்காட்சிகளும் வெளியிட்டன. மண்டபம் அகதிகள் முகாமை அண்மையில் ஆய்வுசெய்த ராமநாதபுரம் சட்டப்பேரவை உறுப்பினர் ஜவாஹிருல்லா கூறியது என்ற செய்தி ஜூன் 20, 2014 தேதியிட்ட தி இந்து பத்திரிகையில் வெளி வந்துள்ளது. அதில் அவர் அகதிகளிடம் பேசுவது போன்ற புகைப்படமும் வெளியாகியது.

லாசர், அண்ணாத்துரை போன்ற சட்டமன்ற உறுப்பினர்களுக்குக் கிடைக்காத வாய்ப்பு ஜவாஹிருல்லாவுக்கு மட்டும் எப்படி அமைந்தது என்ற பெரியகேள்வி எழுகிறது. முகாமிற்குள் வெளியாட்கள் (சட்டமன்ற உறுப்பினர் உட்பட) எவரும் செல்ல அனுமதியில்லை. மண்டபம் செல்ல முடிந்த ஜவாஹிருல்லா தமிழ்நாட்டில் உள்ள 108 முகாம்களுக்கும் சென்று ஆய்வுசெய்து அகதிகளின் பிரச்சினைகள், சிரமங்கள் குறித்த உண்மை நிலையைச் சட்டமன்றத்தில் பேச வேண்டும் என்பது என்னைப் போன்ற அகதிகளின் ஆசை, எதிர்பார்ப்பு.

கடந்த ஆட்சியில் அகதிகளுக்கு வழங்கப்பட்ட இலவச காஸ் சிலிண்டர்கள் தற்போதைய ஆட்சியில் வழங்கப்படுவதில்லை என்ற தவறான தகவலை அதே தேதியிட்ட (ஜூன் 20) *தமிழ் இந்து* பத்திரிகையில் இரண்டாவது தடவையாகப் பதிவு செய்திருக்கிறார் (எனக்குத் தெரிந்து கால்நூற்றாண்டு கால அகதி வாழ்க்கையில் எந்த ஆட்சியிலும் கேஸ் சிலிண்டர் அகதிகளுக்கு வழங்கப்பட்டதில்லை).

25.07.2012 அன்று *ஜூனியர் விகடன்* வாரப் பத்திரிகையில் 'கடந்த ஆட்சியில்' என்று வார்த்தை மாறாமல் அப்படியே பதிவு செய்திருந்தார். மண்டபம் முகாமில் கேஸ் சிலிண்டர் தொடர்பாக என்ன நடந்தது என்பதை விசாரித்து ஜவாஹிருல்லா கூற்றை மறுத்து நவம்பர் 2013 *காலச்சுவடு* இதழில் நான் எழுதிய கட்டுரையில் பதிவுசெய்திருந்தேன். அதில் சட்டமன்ற உறுப்பினரின் கூற்று அரசியல் உள்நோக்கம் கொண்டது என்று நாகரிகமாகக் கூறியிருந்தேன். இந்தச் செய்தி ஜவாஹிருல்லா கவனத்திற்குச் செல்லாதது வருத்தத்திற்குரியது. மீண்டும் கிளிப்பிள்ளை மாதிரி வார்த்தை மாறாமல் தவறான தகவலை இந்துவில் பதிவு செய்திருப்பது கண்டனத்திற்குரியது.

அகதிகளுக்குக் காஸ் சிலிண்டர் இலவசமாக வழங்க வேண்டும் என்ற நல்ல நோக்கம் சட்டமன்ற உறுப்பினருக்கு இருந்தால் அதனைச் சட்டமன்றத்தில் அரசின் கவனத்திற்கு எடுத்துச் செல்ல வேண்டும்.

அகதிகளுக்குக் காஸ் சிலிண்டர் மட்டும் பிரச்சினையில்லை. அடிப்படைச் சுதந்திரத்தில் இருந்து ஆயிரத்து எட்டு பிரச்சினைகள் கால்நூற்றாண்டு காலமாக இருக்கின்றன. ஏதோ காஸ் சிலிண்டர் மட்டும்தான் பிரச்சினை என்பதுபோல் மீண்டும் மீண்டும் தவறான தகவலைப் பதிவு செய்வது எந்த வகையில் நியாயம்? இது முற்றிலும் அரசியல் ஆதாயத்திற்கான செயலாகவே தெரிகிறது.

'கடந்த ஆட்சியில் கடந்த ஆட்சியில்' என்கிறார். எந்தக் கடந்த ஆட்சியில் என்பதையும் எந்தத் தேதியில் (அரசாணையுடன்) வழங்கப்பட்டது என்பதையும் ஆதாரத்துடன் ஜவாஹிருல்லா விளக்க வேண்டும். தற்போதைய அதிமுக அரசுக்கு முன்பு இருந்த ஆட்சியை அவர் குறிப்பிடுபவராக இருந்தால் அந்த ஆட்சியின் இலட்சணம் பற்றி நான் கூற வேண்டியதில்லை. மக்கள் நன்கறிவார்கள்.

அதுமட்டுமல்ல அரசு கொடுக்கும் மாத உதவித்தொகை அகதிகளுக்குச் சரியாகக் கிடைக்கிறது என்று அதே தமிழ்

இந்து பத்திரிகையில் அவர் குறிப்பிட்டதாகப் பதிவாகியுள்ளது. தமிழ்நாட்டில் உள்ள 108 முகாம்களில் இவர் எத்தனை முகாம்களை ஆய்வு செய்திருக்கிறார். மதுரை மாவட்டம் உச்சப்பட்டி அகதிகள் முகாமில் 1 முதல் 5ஆம் தேதிக்குள் கொடுக்கப்பட வேண்டிய உதவித்தொகை 20 முதல் 25 தேதிகளில் கொடுக்கப்படுகிறதென்பது அவருக்குத் தெரியுமா?

அடிப்படை வசதிகள் இல்லாமல் மண்டபம் அகதிகள் முகாம் இருப்பதாகக் குறிப்பிடும் நீங்கள், கடந்த ஆட்சியில் எங்கு போனீர்கள்? கடந்த சட்டமன்றத்தில் ஏன் பேசாமல் இருந்தீர்கள்? அகதிகளை வைத்து அரசியல் செய்ய நினைக்கிறீர்கள் என்று ஏன் குறிப்பிடக் கூடாது. அகதிகள் ஓட்டு இல்லை. ஆனால் அகதிகளை வைத்து ஓட்டு. நன்றாக இருக்கிறது அய்யா உங்கள் அரசியல்.

கால் நூற்றாண்டு கால அகதி வாழ்க்கையில் அதுவும் மண்டபம் அகதிகள் முகாமில் உங்கள் காலடி பட்டதில் அகதிகளாகிய நாங்கள் மிக்க மகிழ்ச்சியடைகிறோம். அகதிகளுக்காக உண்மையாகக் குரல் கொடுங்கள். உங்களை நாங்கள் வரவேற்கிறோம். ஆனால் அய்யா, தயவுசெய்து தவறான தகவலைப் பதிவு செய்யாதீர்கள்.

‘ஜவாஹிருல்லா எங்கே இப்படிப் பேசக் கற்றுக்கொண்டார்’ என்று என் நண்பர் கேட்கிறார். கடந்த திமுக ஆட்சியிலா?

வி. முருகன் உதவியுடன்

நேர்காணல்

தமிழ்நாட்டில் வாழக்கூடிய இலங்கை அகதியான நீங்கள் எப்படி எழுத்தாளர் ஆனீர்கள்?

2008ஆம் ஆண்டு சென்னை பச்சையப்பன் கல்லூரி எதிரில் உள்ள பள்ளி மைதானத்தில் புத்தகக் கண்காட்சி நடைபெற்றுக் கொண்டிருந்தது. ஜனவரி மாதம் பதின்மூன்றாம் தேதி மாலைப் பொழுதில் கண்காட்சி அரங்கிற்குள் செல்ல மனமில்லாமல் வெளியே கலையரங்கில் கதிரையில் உட்கார்ந்து இருந்தேன்.

அப்போது உங்கள் புத்தகம் தயாராகிக் கண்காட்சி அரங்கில் விற்பனைக்கு இருக்கிறது. வந்து வாங்கிக் கொள்ளுங்கள் என்று தொலைபேசியில் அழைப்பு வந்தது.

ஒரு நிமிடத்திற்குள்ளாக எனது புத்தகத்தைக் கண்ணால் பார்த்திருக்க முடியும். அதன் வண்ணத்தை, வடிவமைப்பை, பார்த்திருக்க முடியும். ஆனால் நான் ஒரு மணிநேரமாக அந்த இருக்கையைவிட்டு எழவில்லை. இந்தப் புத்தகம் வெளிவருவதற்காக அனுபவித்த சிரமங்கள் அவமானங்கள் என்னை வெறுப்பின் உச்சிக்குக் கொண்டு சென்றிருந்தது. இந்தச் சனியன் பிடித்த புத்தகம் எழுதியதற்காக எனது கையை வெட்டி விடலாமா என்று தோன்றியது. இப்புத்தகம் அவ்வளவு துன்பத்திற்குள்ளாக்கியது. நான் எழுதிய

தொ. பத்தினாதன்

'போரின் மறுபக்கம்' என்ற புத்தகம் வாழ்க்கையின் வளர்ச்சியை, முயற்சியை, அடிப்படை உரிமையை மட்டுமல்ல, ஐ.நா. சபையில் உருவாக்கப்பட்ட அகதிகளுக்கான அடிப்படை உரிமையையும் தடுக்கக்கூடிய, மறுக்கக்கூடியது தான். அன்றுமுதல் இன்று வரையுள்ள தமிழ்நாட்டில் அகதி முகாம் வாழ்க்கை.

1990 முதல் 1998 வரை உச்சப்பட்டி அகதிகள் முகாமில் வாழ்ந்த எனக்கு இந்தச் சூழல் புரியவில்லை. புரியும்போதும் முகாமில் உள்ள நடைமுறைக்குக் கட்டுப்பட்டு வாழும் மனநிலை எனக்கு இருக்கவில்லை. ஆரம்பம் முதல் இன்றுவரை ஒவ்வொரு அகதியும் (முகாம்களில் கிட்டதட்ட 70 ஆயிரம், முகாமிற்கு வெளியே 30 ஆயிரம்) க்யூ பிரிவின் கண்காணிப்பிற்கு உட்பட்டு வாழ்கிறார்கள். அதில் கூடுதலாக இன்றுவரை நான் க்யூ பிரிவால் தீவிரக் கண்காணிப்பிற்குட்பட்டு இருக்கிறேன். காரணம் அடங்க மறுப்பது.

இதனால் 1998ஆம் ஆண்டின் கடைசியில் எனது முகாம் வாழ்க்கை மட்டுமல்ல எனது குடும்பத்தினருடனான தொடர்புகளும் துண்டிக்கப்பட்டு சென்னை சென்றேன். எந்தப் பதிவுமில்லை. சென்னையில் கூடவாழ்ந்த நண்பர்களுக்கும் தெரியாது, நான் ஒரு ஈழத்தமிழ் அகதி என்று. இந்த சூழலில் நான் ஐந்து நட்சத்திர ஓட்டலில் வேலையில் எப்படிப் பணிக்குச் சேர்ந்தேன் என்பது தனிக்கதை. எனது புத்தகம் படித்தவர்களுக்கு அது தெரியும்.

என்னை எழுத்தாளராக மாற்றியதில் சென்னையில் என்னுடன் வாழ்ந்த இரு நண்பர்களுக்கு முக்கியப் பங்கிருக்கிறது. அப்போதெல்லாம் எனக்குத் தூக்கம் வருவதில்லை. ஈழத்தமிழன் எப்படித் தூங்க முடியும்? அதனால் நூலகத்தில் இருந்து நண்பர் எடுத்து வரும் புத்தகத்தைப் படிப்பேன். தூக்கம் வரும். தூங்கி விடுவேன். இப்படித்தான் நான் புத்தகம் படிக்கும் பழக்கத்திற்கு ஆளானேன். பின்பு அவர் பெட்டியில் இருக்கும் புத்தகத்தைக்கூட அவர் அனுமதியில்லாமல் திருடிப் படிக்கும் அளவுக்கு மாறியிருந்தேன்.

அதே நண்பருடன் புத்தகக் கண்காட்சி, புத்தகக் கடை பின்பு தனியாக இப்படி என்னிடம் சிறு நூலகம் ஆரம்பமாகிக் கொண்டிருந்தது.

கொஞ்சம் படிக்க ஆரம்பித்ததும் ஏதாவது எழுதலாமே என்று தோன்றியது. என்ன எழுத?

ஒரு நண்பர் படிக்கக்கூடியவர். இன்னொரு நண்பர் தினக்குறிப்பு எழுதக்கூடியவர். அவருடைய பேனாவை எடுத்து அவருடைய டைரியில் இவ்வாறு ஒரு கவிதை எழுதினேன்.

அடிமையாகப் பிறந்து
அகதியாக வாழ்ந்து
கஞ்சிக்கு அலைந்து
அஞ்சி அஞ்சி
கெஞ்சிக் கெஞ்சி
காலடியில் வீழ்வேன்
என்று நினைத்தாயோ ?

தினக்குறிப்பில் நான் எழுதிய பக்கத்தைக் கண்முன்னாலேயே நண்பர் கிழித்துக் கசக்கிக் குப்பையில் வீசிவிட்டார். இது கற்பனையோ சினிமாவோ கதையோ இல்லை. எனது நிஜமும் அப்படித்தான். அதன்பின்புதான் காகிதம், பேனா எல்லாம் வாங்கினேன். என்ன எழுதுவது? எனக்கு என்ன தெரியும்? யோசிக்கும் போதுதான் என் கதையே சினிமாவை மிஞ்சுகிறதே அதை ஏன் எழுதக் கூடாது என்று ஆரம்பித்ததுதான் 'போரின் மறுபக்கம்' புத்தகம்.

மூன்றாண்டுகள் எழுதி முடித்ததுடன் எனது போராட்டம் முடிந்துவிடவில்லை. நான் எழுதி முடித்த நேரம் வைகோ, பழ. நெடுமாறன் முதலியோர் பொடா சட்டத்தில் சிறையிலிருந்தார்கள். பொடா சட்டம் பெரும் சலசலப்பை ஏற்படுத்திக் கொண்டிருந்த நிலை. ஒரு பதிப்பகத்தை அணுகி வெளியிடக் கேட்டேன். தம்பி இது கொஞ்சம் சிக்கலானது, சட்டரீதியான வீண் பிரச்சினைகளைச் சந்திக்க நேரிடும் என்று அந்தப் பதிப்பக முதலாளி பதிலளித்தார். ஐயா நான் சிறை செல்லவும் தயார் என்றேன். அவர் சிரித்துக்கொண்டே பதில் கூறினார். 'நீங்கள் சிறை செல்வீர்கள். உங்களுக்காக, ஒரு புத்தகத்திற்காக நான் எனது பதிப்பகத்தை இழுத்து மூட வேண்டுமா ?' என்றார்.

இப்படி மூன்று வருடங்கள் முற்றாக முடிந்திருந்த போதும் புத்தகம் வெளியிடுவதற்காகச் சென்னையில் நான் பார்த்த வேலையையும் ராஜினாமா செய்தேன். வேலை இல்லாமல் சென்னையில் வாழ முடியாததால் மறுபடியும் 2006இல் அகதி முகாமிற்குச் சென்றேன். அங்கு என்னை கஞ்சாக்குடிக்கி, பைத்தியக்காரன் என்றார்கள். க்யூ பிரிவு பதிவுக்காக ஒரு பக்கம் விரட்ட, கல்யாணம் செய் என்று உறவுகள் ஒரு பக்கம் விரட்டின. இப்படிப்பட்ட சூழலில்தான் நான் எழுத்தாளர் ஆனேன். 'அடையாளம் பதிப்பகம்' மூலமாகத் திரு. முருகேச பாண்டியன், முருகேச பாண்டியன் மூலமாகக் 'காலச்சுவடு

தொ. பத்தினாதன்

பதிப்பக' அறிமுகம் கிடைத்தது. புத்தகம் வெளிவந்ததும் வீட்டு வாசலில் க்யூ பிரிவு போலீசார்.

குற்றங்களுக்கு எதிர்வாதம் செய்து சீறும் மனிதனாக உங்களை இனங்காட்டி இருக்கிறீர்களே?

குற்றங்களுக்கு எதிர்வாதம் என்பதைவிட அடக்குமுறைக்கு எதிர்வாதம் என்பது சரியாக இருக்கும் என்று கருதுகிறேன்.

கிட்டத்தட்ட எட்டு வருடம் சென்னை வாழ்க்கைக்குப் பின்பு முகாம் வரும்போது ஒரு உண்மை எனக்குத் தெரிந்தது. தமிழ்நாட்டுத் தமிழ்மகனுடைய வாழ்க்கை முறை எப்படியிருக்கிறது. இந்த அகதிகளின் வாழ்க்கை முறை, தரம் எப்படியிருக்கிறது என்ற உண்மை புரிந்தது. ஈடுசெய்ய முடியாத பெரிய இடைவெளி. நான் சம உரிமை கோரவில்லை. மனிதனராகப் பிறந்ததனால் பிறப்பால் வந்த அடிப்படை உரிமை பற்றியே பேசுகிறேன். நாம் அனைவரும் தமிழர்கள். ஆனால் வாழ்க்கைமுறை, பழக்கவழக்கம், பண்பாடு, கல்வி, பொருளதாரம், அடிப்படை உரிமை அனைத்தும் மறுக்கப்பட்ட தமிழ் சமூகம் (அகதி) தமிழ்நாட்டில் வாழும்போது அரசியல் ஆதாயத்திற்காகத் தொப்புள்கொடி உறவு என்கிறார்களே.

அன்று முதல் இன்றுவரை ஈழத்தமிழனுக்காகப் போராடினோம் என்று பத்திரிகையில் பக்கம் பக்கமாக எழுதுபவர்கள் அத்தகைய போராட்டத்தால் ஈழத்தமிழன் வாழ்வில் என்ன மாற்றம் ஏற்பட்டது என்பதை இதுவரை எழுதாதது ஏன்? ஏன் என்றால் அவர்கள் போராட்டத்தால் எந்த மாற்றமும் ஏற்படடதில்லை.

தமிழ் தேசியம் பேசுபவர்களாக இருக்கட்டும், திராவிடக் கட்சிகளாக இருக்கட்டும். ஏதாவது ஓர் அமைப்பு அகதி முகாமிற்குள் கால்வைக்க முடியுமா? ஒன்றை மட்டும் அழுத்தமாகப் பதிவு செய்கிறேன். தமிழ்நாட்டுத் தமிழர்கள் தமிழ்நாட்டு அரசியல்வாதிகளால் ஏமாற்றப்பட்டதைவிட ஈழத்தமிழர்கள் அதிகமாகவே ஏமாற்றப்பட்டிருக்கிறார்கள்.

தமிழ்நாட்டில் உள்ள அரசியல்வாதி முதல், சினிமா, ஊடகம், பத்திரிகை, புத்தகம் என அனைத்திற்கும் ஈழத்தமிழன் விற்பனைச் சரக்காகத் தேவைப்படுகிறானே. எத்தனை நாளைக்குத் தொடர்ந்து ஏமாற்றப்படுவது. இதை யோசிக்கும்போது எப்படி எதிர்வாதம் இல்லாமல் இருக்க முடியும்?

எதிர்க்களத்தில் உள்ள சிங்களவன் இருக்கட்டும், அவனுக்குத் துணைபோகும் மத்திய அரசு இருக்கட்டும், ஆனால் தமிழனைத்

தமிழனே அடிமைப்படுத்துவது, வாழ்வைச் சுரண்டுவது என்பது ஏற்கக் கூடியதா? சிங்களவன் தமிழனைக் கருவறுத்துவிட்டான். தமிழ்நாட்டில் உள்ள அகதிகளுக்குத் தமிழ்நாட்டில் ஆண்ட அரசுகள் உளவியல்ரீதியாகக் கருவறுத்துவிட்டார்கள்.

தமிழ்நாட்டில் வாழக்கூடிய அகதிகள் என்னையும் சேர்த்து ஒருலட்சம் பேர் இலங்கையில் இருந்திருந்தால் கூடுதலாகப் பத்தாயிரமோ இருபதாயிரமோ சிங்களவன் கொன்றுவிட்டான் என்று இங்குள்ள கட்சிகள் அரசியல் பேசியிருப்பார்கள். அதில் ஏதாவது ஒன்று, இரண்டு ஓட்டுப் பிச்சை எடுத்துப் பிழைப்பு நடத்திச் சொத்து சேர்த்திருக்கலாம். அதுவுமில்லை அல்லது வெளிநாட்டில் வாழ்ந்திருந்தால் சினிமா வியாபாரம் செய்து கல்லாப்பெட்டி நிரப்பியிருக்கலாம். தொப்புள் கொடி உறவு என்றுகூறி அரசியல்வாதிகள் வெளிநாட்டிற்குக் கூடுதலாகப் போய்வரலாம். மக்கள் வரிப்பணத்தைக் கரையான் போன்று இந்த அகதிகள் அரித்துக் கொண்டிருக்கிறார்களே என்று அரசியல்வாதியும் ஐ.ஏ.எஸ். அதிகாரியும் யோசிக்க வேண்டும். இவர்கள் வெறும் எண்ணிக்கைக்கு மட்டுமே தற்போது வாழும்போது என்ன செய்ய? வெளிநாட்டில் உள்ள பணக்கார அகதி கூப்பிட்டால் அரக்கப் பரக்க ஓடுபவர்கள் தமிழ்நாட்டு அகதிமுகாமிற்குள் கால்வைக்க முடியுமா?

ஈழத்தில் என் தாய்ச் சமூகத்தைச் சிங்களவன் அடிமையாக வைத்திருக்கிறான். தமிழ்நாட்டில் என் சமூகத்தைத் தமிழர்கள் அடிமையாக வைத்திருக்கிறார்கள். சிங்களவனுக்கும் இவர்களுக்கும் என்ன வித்தியாசம் என்பது எனக்குத் தெரியவில்லை. ஈழத்திற்காக எத்தனையோ போராட்டங்கள் நடத்தியவர்கள் தமிழ்நாட்டில் அடிமையாக வாழக்கூடிய அகதிகளுக்காக ஏன் இதுவரை போராட்டம் நடத்தவில்லை. ஒருசிலர் தவிர்த்துப் பலரிடம் இந்தப் போக்கையே பார்க்கிறேன்.

இருட்டடிக்கப்பட்ட அகதிகளின் வாழ்வியல் சுதந்திரம் குறித்துப் பொதுக்களத்தில் விவாதிக்கப்பட வேண்டும். அன்று முதல் இன்றுவரை உள்ள நடைமுறை சார்ந்த கட்டுப்பாடுகள் மறுபரிசீலனை செய்யப்பட வேண்டும். அனைத்து முகாம்களுக்கும் பொதுவான மனிதாபிமானத்துடன்கூடிய நடைமுறை கொள்கை வகுக்கப்பட வேண்டும். இப்படி அரசியல் ரீதியான விமர்சனங்கள் எனக்கு உண்டு. எதையும் விமர்சனத்துடன் அணுகும் மனநிலை உண்டு. என்னைக் கட்டுப்படுத்தும்போது எதிர்வாதமும் எதிர்ப்பும் தெரிவிக்க நான் தவறியதில்லை. இப்படி அரசியல்வாதிகளையும் அரசையும் விமர்சனம் செய்ய வேறு ஒரு காரணமும் உண்டு.

2006ஆம் ஆண்டு மறுபடியும் முகாம் வந்தபின்பு க்யூ பிரிவு அச்சுறுத்தலையும் தாண்டி, முகாம் இளைஞர்களின் பயத்தைப் போக்கி இளைஞர்களின் அமைப்பு ஒன்றை உருவாக்கினேன். இந்த இளைஞர்கள் க்யூ பிரிவுக்கு எவ்வளவு பயந்துபோய்ச் செயலற்று இருக்கிறார்கள் என்பது அப்போதுதான் புரிந்தது.

இவர்களின் பயத்தைப் போக்குவதற்காக எனது புத்தகத்தைப் பரவலாக அனைத்து முகாமிற்கும் கொண்டு செல்ல வேண்டும் என்று ஒரு தொண்டு நிறுவனத்தை அணுகினேன். அவர்கள் இந்த மக்கள் இப்படி இருப்பதைத்தான் விரும்புகிறார்கள் என்று கூறி மறுத்தனர். அப்படிக் கூறியதன் காரணம், அவர்கள் அப்போதுதான் பிழைப்பு நடத்த முடியும்.

ஈழத்தமிழர்களின் பிரதிநிதியாக சீமான் உருவெடுத்திருக்கிறார். வைகோ பலமாகக் குரல் கொடுத்திருக்கிறார். இவை எல்லாம் ஆதரவு இல்லையா?

தொடர்ந்து ஈழத்தமிழர்கள் ஏமாற்றப்பட்டு வந்திருக்கிறார்கள். அதன் தொடர்ச்சி தற்போது யாரை நம்புவது, யார் உண்மையில் உணர்வுபூர்வமாகச் செயல்படுகிறார்கள் என்பது ஒரு கேள்வியாகவே இருக்கிறது. நாங்கள்தான் விடுதலைப்புலிகளின் வாரிசு, ஆயுதம் தூக்காத விடுதலைப்புலி என்று கூறியவர்கள்கூட ராஜபக்ஷவிடம் பரிசு வாங்கிய வரலாறு உண்டு. இதை எல்லாம் பார்க்கும்போது இவர்கள் மலிவான அரசியல் ஆதாயத்திற்காக நாடகம் ஆடுகிறார்கள் என்றுதான் பொதுக்களத்தில் உள்ளவர்கள் நினைக்கிறார்கள். புதிது புதிதாகக் கட்சி ஆரம்பிப்பவர்களும் ஈழத்தமிழர்களுக்காக என்று ஆரம்பித்தவர்களும் அமைப்புகளை உருவாக்குபவர்களும் நாளை எப்படியிருப்பார்கள் அவர்கள் செயல்பாடு என்ன என்பதைக் காலம்தான் தீர்மானிக்கும்.

மேடை போட்டு இவ்வளவு பேசியும் பிழைக்கப் போனவர்கள் ஏன் நாடு கேட்கிறார்கள் என்ற கேள்வி பொதுக்களத்தில் இன்னும் எழத்தான் செய்கிறது.

ஈழத்தமிழர்களை வைத்து இவர்கள் முன்னெடுத்த அரசியல் நிலைபாடுகள் பெரிய மாற்றத்தைத் தேர்தல் களத்தில் பிரதிபலித்ததாகவும் எனக்குத் தெரியவில்லை.

நான் மட்டும் அப்படிக் கூறவில்லை. பிரபல மேடைப் பேச்சாளர் ஒருவரும் 'இவர்கள் அரசியல் ஆதாயத்திற்காக மட்டுமே ஈழத் தமிழர் பற்றிப் பேசுகிறார்கள்' என்று ஒற்றை வரியில் கூறுகிறார். இவர் எந்தக் கட்சியையும் சாராத மனிதர், அறிவுக்களத்தில் மட்டுமே செயல்படக்கூடியவர்.

ஈழத்தமிழர் குறித்து நீங்கள் பேசக் கூடாது, நாங்கள் ஏன் பேசக் கூடாது என்று குழாயடிச் சண்டைகூட நடக்கிறதே. இதை எல்லாம் எந்த வகையில் எடுத்துக்கொள்வது?

வைகோ, பழநெடுமாறன் போன்றவர்களுக்கு ஈழத் தமிழர்களுடன் நீண்ட பயணம் உண்டு. செங்கல்பட்டு சிறப்பு முகாம் முதல்கொண்டு அன்று முதல் இன்றுவரை அவர்கள் நிலைபாட்டில் இரட்டை நிலையில்லை. சுய லாபம் தாண்டிய அவர்களின் தியாகம், ஆண்டுக்கணக்கான சிறை வாசம் போன்றவற்றை மறைப்பதற்கில்லை.

சுயநலமற்ற இன உணர்வாளர்கள் இங்கு இருக்கிறார்கள். ஆனால் அவர்கள் எண்ணிக்கையில் மிகக் குறைவு.

புலம்பெயர்ந்த வெளிநாடுவாழ் தமிழர்கள் மத்தியிலும் இங்கும்கூட, இங்குள்ள அரசியல் கட்சிகளும் இயக்கங்களும் ஒரு சிலரைக் கதாநாயகர்களாகக் கருதுகிறார்கள். அவர்கள் செயற்பாடுகள் விமர்சனத்திற்கு அப்பாற்பட்டதா என்பது ஒரு கேள்வி. அவர்கள் ஈழத்தமிழர்களின் எதிர்பார்ப்பைப் பூர்த்தி செய்வார்களா, அதற்குத் தகுதியானவர்களா என்பது காலம்தான் பதில் சொல்லும்.

அகதி முகாம்கள் எங்களுடைய மக்கள்தான். ஆனால் அவர்கள் தம் நிலை மறந்து சீரழிவுகளோடு இணங்கியிருக்கிறார்கள். இது பற்றிய ஆட்சேபனை இல்லையா உங்களுக்கு?

நிறையவே உண்டு. தமிழ்நாடுவாழ் அகதிகளின் அடிப்படையைப் புரிந்துகொள்ள வேண்டும். 1990களில் கிட்டத்தட்ட ஒரு லட்சத்து எழுபதாயிரம் பேர் அகதியாகத் தமிழ்நாடு வந்தார்கள். அதன் பின்பு ஈழத்திற்கு கணிசமானவர்கள் திரும்பினார்கள். 2006ஆம் ஆண்டு மறுபடியும் அகதியாக வந்தார்கள். 2009ஆம் ஆண்டுக்குப் பின்பு கிட்டத்தட்ட ஐந்தாயிரம் பேருக்கு மேல் ஈழம் சென்றிருக்கிறார்கள். 1983ஆம் ஆண்டுமுதல் மூன்றுமுறை அகதியாக வந்து சென்றவர்களும் உண்டு. இதில் தற்போது முகாமில் எஞ்சியிருப்பது கிட்டத்தட்ட 65 ஆயிரம் பேர் மட்டுமே. முகாமிற்கு வெளியே முப்பதாயிரம் பேர் இருக்கிறார்கள். அவர்கள் கதை வேறு. முகாமில் தற்போது வசிக்கக்கூடியவர்கள் சமூக அமைப்பில் கீழ்தட்டு மக்கள் அறுபது வீதத்திற்கும் மேலான (புள்ளி விபரம் இல்லை இது எனது கணிப்பு) இந்திய வம்சாவழி ஈழத்தமிழர்கள்.

இத்தகைய மக்கள் இலகுவாக க்யூ பிரிவின் பிரித்தாளும் சூழ்ச்சிக்கு இரையாகிவிடுகிறார்கள். உணர்வற்றவர்களாக

இருக்கிறார்கள். இந்த முகாம் மக்களின் போக்கு, வளர்ச்சி ஆரோக்கியமானதாக இல்லை. இவர்கள் மனநிலை ஈழம் கிடைக்கட்டும்; நாம் அங்கு போவோம் என்பது மட்டும்தான். ஈழம் கிடைப்பதற்கு நம்மால் இங்கிருந்து ஜனநாயக ரீதியாக என்ன செய்ய முடியும் என்றால் அதற்கு அவர்களிடம் பதில் இல்லை. ஈழத்தில் என்ன நடந்தது என்பதுகூட அறியாமல் இளைய தலைமுறையிருக்கிறது.

ஒருமுறை அதிகாரிகளுக்கும் க்யூ பிரிவுக்கும் தெரியாமல் ஒரு தொலைக்காட்சியை முகாமிற்குள் கூட்டி வந்து இம்மக்களைப் பேசச் சொன்னேன்.

தொலைக்காட்சி நிருபர் ஒரு பெண்மணியிடம் நீங்கள் இங்கு வாழ்வதில் என்ன பிரச்சினைகள் இருக்கின்றன என்றார்.

அதற்கு அந்தப் பெண் எங்களுக்கு இங்கு ஒரு பிரச்சினையுமில்லை. நாங்கள் நன்றாகயிருக்கிறோம் என்றார். இவர்களுக்கு ஓலைக் கொட்டிலில் பல ஆண்டுகள் வாழ்வது பிரச்சினையில்லை. அது ஒழுகுவது பிரச்சினையில்லை. பள்ளிக்கூடம் போகும் பையன் வேலைக்குப் போவது பிரச்சினை யில்லை. பக்கத்து மாவட்டத்திற்குப் போவதற்கு அலை அலை என்று அலைந்து லஞ்சம் கொடுத்துக் காத்துக்கிடந்து அனுமதி வாங்கிச் செல்வது பிரச்சினையில்லை என்றால் இவர்கள் எப்படிப்பட்ட மக்களாயிருப்பார்கள். இலவசத்தைத் தின்போம், இருக்கும்வரை இப்படியே வாழ்வோம் என்ற நிலை இருப்பது வேதனையாக இருக்கிறது. 2006ஆம் ஆண்டு மறுபடியும் நான் முகாம் வந்ததும் படித்த இளைஞர்களை எல்லாம் ஒன்றுசேர்த்து 'ஈழவர் கல்வி மேம்பாட்டு மையம்' என்ற ஒரு அமைப்பை முகாம் வாழ் இளைஞர்கள் ஒரு சிலர் ஒத்துழைப்புடன் ஆரம்பித்தேன். ஆயிரம் முட்டுக்கட்டை. ஒத்துழைப்பு இன்மையால் ஆரம்பித்த சில மாதங்களில் அது நின்றுபோனது. க்யூ பிரிவுக்காரன் மிக்க மகிழ்ச்சியடைந்திருப்பான். அவனுக்கு ஒரு தலைவலி குறைந்தது. மேலதிகாரிகளுக்கு அறிக்கை அளிக்கும் வேலை குறைந்திருக்கும்.

அது மட்டுமல்ல முகாமிற்கு வெளியே இருக்கும் முப்பதாயிரம் பேரையும் ஒன்றிணைத்துக் குடியிருப்போர் நலச்சங்கம் ஆரம்பிக்க வேண்டும் என்ற எண்ணத்தில் சிலரிடம் பேசினேன். என்னைத் தவிர யாரும் அதைப் பற்றிப் பேசத் தயாராகவேயில்லை. எல்லோருக்கும் முதலில் வரும் வார்த்தை க்யூ பிரிவுக்காரன் விடமாட்டான் என்பதுதான்.

இம்மக்கள் இவ்வாறு உணர்ச்சியற்றவர்களாக ஆகியதற்கு முக்கியக் காரணம் இங்குள்ள அரசும் அரசு உத்தரவை செம்மையாக, திறம்படச் செயல்படுத்தும் க்யூ பிரிவும்தான் என்பதை அழுத்தமாகப் பல தடவை பதிவு செய்திருக்கிறேன். முகாம்களில் சீட்டாட்டம் பற்றிப் போரின் மறுபக்கத்தில் பதிவு செய்திருக்கிறேன். குழந்தைத் திருமணம் பற்றிப் பதிவு செய்திருக்கிறேன்.

இவர்களை மாற்றுவதற்கான வழி தெரியவில்லை. அதற்கு ஒரு காரணமும் உண்டு. இம்முகாம் மக்கள் ஈழத்தில் பல பகுதியைச் சேர்ந்தப் பல சமூகத்தைச் சேர்ந்தவர்கள். இவர்களை ஒன்றிணைக்கக்கூடிய புள்ளி ஈழத்தமிழர்கள் என்பது மட்டுமே. ஆனால் இவர்கள் ஈழம் என்ற வாத்தையைக்கூடப் பயன்படுத்தத் தயங்குகிறார்கள். அது மட்டுமன்றி 65 ஆயிரம் பேரும் தமிழ்நாடு முழுவதும் பிரிந்து கிடக்கிறார்கள். இவர்களை ஒன்றிணைப்பது மிகவும் சிரமமான விஷயம். முகாமிற்குள் வெளியே உள்ள தனிநபரோ அமைப்போ உள்ளே வர அனுமதியில்லை. தொண்டு நிறுவனத்தைக்கூடச் சில காலம் அரசு அனுமதிக்கவில்லை. ஆனால் தற்போது முக்கிய மூன்று தொண்டு நிறுவனங்களுக்கு அனுமதிக்கப்பட்டுள்ளது. இதில் ஒரு தொண்டு நிறுவனம் எப்படி எல்லாம் இருக்கக் கூடாதோ அப்படித்தான் அன்று முதல் இன்றுவரை செயல்பட்டுக் கொண்டிருக்கிறது. இவர்களுக்குத் தமிழ்நாட்டு கருணாநிதி அரசுடன் நெருங்கிய பாரம்பரிய உறவு உண்டு. அவர்களை ஏன் என்று கேட்பதற்கு ஆளில்லை. அவர்கள் விடுதலைப்புலிகளுக்கு எதிரான மனநிலையை இம்மக்கள் மத்தியில் திணித்தார்கள். அவர்களுக்குச் சாதகமானவர்களுக்குச் சலுகைகள் காட்டப்பட்டது.

வெறுமனே அரசையே குற்றம் கூறிக்கொண்டிருப்பதில் உடன்பாடா? அவர்கள் கொடுப்பதை முகாமில் உள்ளவர்கள் விற்பதாகவும் தகவல்கள் வெளியாகிறதே?

அரசை மட்டும் குற்றம் கூறுவது நியாயமானது இல்லை. அகதிகள் பற்றியும் விமர்சனம் உண்டு. அதையும் வாய்ப்புக் கிடைக்கும்போது பதிவு செய்திருக்கிறேன். என்னையும் உள்ளடக்கியிருக்கிறேன். ஆனால் அதிகமாக அரசைக் குற்றம் சாட்டியிருக்கிறேன் என்பது உண்மை.

அடிப்படையே எனக்குப் பிரச்சினையாக உள்ளது. எங்களைச் சுயமாகச் சிந்திக்கவும் சுதந்திரமாகச் செயல்படவும் அனுமதிக்கவில்லை. என்னைச் சுயமான சிந்தனையுடன் சுதந்திரமாகச் செயல்பட அனுமதித்தால்தானே நான் அரசை

எதிர்பார்க்காமல் எனது வாழ்க்கைக்கான மாற்றுவழியை நோக்கிச் சிந்திக்க முடியும். திறந்த வெளியில் என்னை அடைத்து வைத்தால் என்னைத் திறந்துவிடுங்கள் என்று அடைத்து வைத்திருப்பவர்களிடம்தான் கேட்க முடியும்.

அகதிகளுக்கு என்ன தேவையோ அதைச் செய்ய வேண்டும். கடந்த கருணாநிதி ஆட்சியில் தொலைக்காட்சிப் பெட்டியை ஏன் கொடுத்தார்கள். ஆட்சியைப் பிடிப்பதற்கு மட்டுமன்றி அவர்கள் வாரிசுகளின் வியாபாரத்தையும் பெருக்கிக்கொள்ள அத்திட்டம் கொண்டுவரப்பட்டது. அதைச் செய்ததையும்விடக் கூடுதலாக விளம்பரமும் செய்துகொண்டார்கள். அதைத்தான் இந்த அரசும் செய்கிறது.

முகாம்களில் இளைஞர்கள் எவ்வாறாக இருக்கிறார்கள்?

முகாமில் வாழக்கூடிய எனது நண்பர் ஜீவன், அவர் தன் முகாமில் ரத்ததான முகாம் நடத்த அரசின் அனுமதிக்காகப் பலமுறை அலைந்தார். மாவட்ட ஆட்சியர், வட்டாட்சியர், வருவாய்த்துறை அதிகாரி, க்யூ பிரிவு என எல்லா இடத்திலும் அலட்சியம். அவர் வேலையை விட்டுவிட்டுப் பிடிவாதமாக மாதக்கணக்கில் அலைந்து அந்த ரத்ததான முகாம் நடத்தினார்.

ஒருநாள் என்னிடம் கோவில்பட்டியில் படிக்க வசதியில்லாத ஒரு பெண்ணுக்குப் பொறியியல் படிப்பிற்கு உதவியதாகவும் அந்த உதவி எத்தகையது என்பதையும் கூறினார். இவர் லைன்ஸ் கிளப்புடன் இணைந்து பல படிப்பு உதவிகள் செய்வது எனக்குத் தெரியும். 'இந்த மாதிரி உதவிகளை ஏன் நீங்கள் முகாமிற்குள் செய்வதில்லை' என்று கேட்டேன்.

அவர் 'பசித்தவர்களுக்குத்தான் உணவு தேவைப்படும். இவர்கள் எவருக்கும் பசியில்லை' என்றார். படிக்கணும் சாதிக்கணும் என்ற தீவிரமான நிலையிலிருந்து வாய்ப்பில்லையே என்றவர்கட்கு உதவலாம். இவர்கள் அப்படியில்லை என்றார். இப்படித்தான் முகாம் இளைஞர்கள் இருக்கிறார்கள். முகாமில் நல்ல கொத்தனார்கள் இருக்கிறார்கள். நல்ல நிறுவனத்தில் உத்தியோகம் பார்ப்பவர்கள் எந்த முகாமிலும் இருப்பதாக எனக்குத் தெரியவில்லை.

கல்லூரி படிப்பவர்களின் எண்ணிக்கை முகாம்களில் குறைந்து கொண்டு வருவதற்கு காரணம் படித்துவிட்டுக் கூலிவேலை செய்வதைவிடப் படிக்காமலேயே கூலி வேலைக்குப் போகலாம் என்பதே. படித்தவர்கள் கூலி வேலைக்குச் செல்வதைத் தற்போது படிப்பவர்களும் உதாரணமாக எடுத்துக்கொள்கிறார்கள்.

கல்லூரிவரை படித்தவர்களுக்கும் படிப்பவர்களுக்கும் முன்பு மரியாதையிருந்தது. அது படித்து என்ன சாதித்துவிட்டார்கள் என்ற மனநிலையைத் தற்போது உருவாக்கிப் படிக்க வேண்டும் என்ற வேட்கையே இல்லாமல் போய்க் கொண்டிருக்கிறது.

இருந்தபோதிலும் ஒரு தொண்டு நிறுவனம் அகதி இளைஞர்களுக்காக வேலை வாய்ப்பு முகாம் நடத்தியது. ஆயிரக்கணக்கான படித்த இளைஞர்கள் உள்ள இடத்தில் 400 பேர் மட்டும் கலந்துகொண்டார்கள். அதில் வெறும் பத்து பேர் மட்டுமே தேர்வாகியிருந்தார்கள். அல்லது விருப்பம் தெரிவித்தார்கள் என்று தகவல் வருகிறது. இதற்குக் காரணம் என்ன?

அவர்கள் படித்து முடித்துப் பல ஆண்டுகள் ஆகிவிட்டது. வாய்ப்புகளும் மறுக்கப்பட்டிருந்தன. அதனால் அவர்கள் உடல் உழைப்புக்கு மாறிவிட்டார்கள். மனதளவில் அவர்கள் கூலி வேலைக்குத் தயாராகிவிட்டார்கள். அவர்களுக்குப் படித்தது மறந்தும் போய்விட்டது.

அதுமட்டுமல்ல இன்றைய சூழலில் வெறும் 7,500/- ரூபாயைச் சம்பளமாக வைத்துக்கொண்டு பெங்களூரிலோ கோயம்புத்தூரிலோ வேலை செய்ய முடியுமா? வீட்டிலிருந்து கூலி வேலைக்குப் போனால் ஒரு நாளைக்குக் குறைந்தது ரூ. 400/- கிடைக்கிறது.

உள்ளூரில் ரூ. 7,500/- சம்பளம் கிடைத்தாலும் வேலை செய்யலாம் என்றுதான் நானும் நேர்காணலுக்குப் போனேன். அவர்கள், இந்தச் சம்பளத்துக்குப் பெங்களூரில் வேலை செய்யச் சொல்கிறார்கள் என்றார் எனக்குத் தெரிந்த ஒரு இளைஞர். அவருக்குத் திருமணமாகி இரண்டு குழந்தைகள் இருக்கிறார்கள். இவர் கல்லூரி படித்து முடித்தது 2003இல். தற்போதுதான் தனியார் நிறுவனத்தில் வேலை செய்வதற்கான வாய்ப்பு அமைந்து இருக்கிறது. ஆனால் படித்தவர்கள் தயாராக இல்லை. இனிமேல் படிப்பவர்களும் இல்லை.

2006இல் ஆங்கில வழியில் கல்லூரிவரை படித்த ஒருவரைச் சந்தித்து ஒருமணி நேரம் பேசினேன். பெயிண்ட் அடிக்கச் சென்று கொண்டிருந்த அவர் சென்னையில் கால் சென்டரில் நல்ல ஊதியத்தில் வேலை செய்கிறார். அதற்காக அவரின் அப்பா க்யூ பிரிவிடமும் கீழ்நிலை அதிகாரிகளிடமும் பட்டபாடு எனக்குத் தெரியும்.

என் நண்பர் ஜீவன் அருமையான உவமை கூறினார். அதாவது 'இந்தத் தேரை இதிலிருந்து இழுத்துக்கொண்டு போக வேண்டும் என்று கூப்பிட்டால் இங்கு முகாமிற்கு யாரும் வர

தொ. பத்தினாதன்

மாட்டார்கள். அவர்கள் வரமாட்டார்கள் என்பதால் நான் சும்மா இருக்க முடியாது. அந்தத் தேரைப் பிரித்து ஒவ்வொரு துண்டாக எடுத்துக்கொண்டு போய் அங்கு வைத்து மறுபடியும் தேராக்க முடியும். ஒரு வருடமானாலும் என்னால் அது முடியும். அதைத்தான் நான் செய்கிறேன்' என்றார்.

இப்படித்தான் முகாம் இளைஞர்கள் மட்டுமல்ல, முகாம் மக்களும் இருக்கிறார்கள். அப்படி அவர்கள் ஆக்கப் பட்டிருக்கிறார்கள்.

ஊரைவிட்டு இப்படி வந்துவிட்டோமே என்று எப்போதாவது தோன்றியதுண்டா? உறவுகளுக்கும் உயிருக்கும் அங்கிருந்து பங்களிப்புச் செய்யவில்லை என இலங்கையில் வாழ்ந்த நினைவுகள் எப்படி உணர முடிகிறது?

'போரின் மறுபக்க'த்தில் என் வீட்டை அழகாக வர்ணித்திருப்பதாகப் பலர் கூறினார்கள். அந்தளவு திறமை யானவனில்லை நான். அடிமனதில் அவ்வாறு பதிவாகியிருந்தது. அவ்வாறு வெளிப்பட்டிருக்கிறது. சில நேரங்களில் ஊரைப் பற்றிய ஏக்கம் அடிவயிற்றிலிருந்து தொண்டைக்குழிவரை வந்து முட்டி முட்டிச் செல்கிறது.

நான் இந்திய அகதியாக (1990) வரும்போது குழந்தைகளாக இருந்த அக்காவின் பிள்ளைகள் எல்லோரும் போராட்டத்தில் போராளிகளாக இறந்திருக்கிறார்கள். அதன்பின்பு பிறந்த குழந்தைகள் (எனக்குத் தெரியாது) கூடக் குமரியாகிக் கல்யாணம் ஆகிக் குழந்தையும் பெற்றிருக்கிறார்கள். நான் ஈழத்தில் வாழ்ந்ததைவிட (22 ஆண்டுகள்) அகதியாக தமிழ்நாட்டில் வாழ்ந்ததே அதிகம்.

என் அம்மாவுக்குக் காது கேட்காது, கண் தெரியாது. அதனால் தொலைபேசியில் பேச முடியாது. நேரில் போனாலும் அவரால் என்னைப் பார்க்க முடியாது. வெகு விரைவில் அவர் பற்றிய துக்ககரமான செய்தி வரும் என்று எதிர்பார்த்துக் கொண்டிருக்கிறேன். ஊரிலிருந்து தொலைபேசி அழைப்பு வந்தால் திடுக்கிடவே செய்கிறேன்.

அங்கிருந்து உறவுகளுடன் செத்திருந்தாலும் பரவாயில்லை என்று பல தடவைகளில் நினைத்ததுண்டு. வீட்டில் நான் பன்னிரண்டாவது பிள்ளை என்பதால் வீட்டுக்கு, உறவுகளுக்கு ஏதாவது செய்ய வேண்டும் என்ற நெருக்கடி எனக்கில்லை. ஆனால் என் நாட்டிற்காக ஒரு துரும்பைக்கூட நகர்த்தவில்லை என்ற வருத்தம் வாழ்நாள் முழுவதும் இருக்கும். 2009ஆம்

ஆண்டுச் சூழலை நினைக்கும்போது எனக்கு என்னை நினைத்துக் கேவலமாக இருக்கிறது.

அன்றைய சூழல் அறியாப் பருவத்தில் அகதியாக விரட்டி விட்டது. வாழ்க்கையில் அழியாத வடுவாக மாறியுள்ளது. குற்ற உணர்வு இருக்கவே செய்கிறது.

கவிதை தவிர வேறு துறைகளில் ஆர்வம் உண்டா? சிறுகதைகள் எழுதியதுண்டா? பத்திரிகைகளில் தொடர்ந்து எழுதுவதில்லையா? 'போரின் மறுபக்க'த்திற்குப் பிறகு எந்த நூலும் வெளிவந்ததாகத் தெரியவில்லையே?

வெளிப்படையாக ஒன்றை நான் ஒத்துக்கொள்கிறேன். நன் இலக்கியவாதியில்லை. எனது நண்பர் மூலமாக 2001இல்தான் நான் புத்தகம் படிக்கவே ஆரம்பித்தேன்.

புத்தகம் எழுதி அதை வெளியிடுவதற்கான போராட்டமே எனக்கு மிகுந்த மனஉளைச்சலை ஏற்படுத்தியிருந்தது. எல்லாப் பத்திரிகைகளுக்கும் ஒரு அரசியல் இருக்கிறது. கதை, கவிதை, சிறுகதை இப்படி ஒவ்வொன்றுக்கும் ஒரு வரைமுறையிருக்கிறது. இப்படி எதற்கும் கட்டுப்பட்டு என்னால் எழுத முடியாது அல்லது தெரியாது. இருப்பினும் எனக்குத் தெரிந்ததை எழுதுவதை நிறுத்தியதில்லை. அகதி முகாம் குறித்து ஒரு பதிவைக் கொண்டு வர வேண்டும் என்பது எனது கனவு.

முகாம்களில் கவிஞர்கள், எழுத்தாளர்கள், கலைஞர்கள், திறமை வாய்ந்தவர்கள் இருப்பதாக அறிந்திருக்கிறேன். இவர்கள் பற்றிக் கூறமுடியுமா? இவர்களை முன்னேற்றுவதில் தாங்கள் பங்களிப்பு ஏதாவது இருக்கிறதா?

எனக்குத் தெரிந்து முகாம்களில் கவிஞர்கள் இருந்ததாகத் தெரியவில்லை. இரண்டு நண்பர்களைத் தெரியும். ஒருவர் இலங்கையில் கவிதைகள் எழுதியவர். ஆனால் அவர் இங்கு எழுதவில்லை. மற்றொரு நண்பரும் அவ்வாறு முன்பு எழுதியவர்தான். தற்போது எழுதுவதில்லை. அப்படி எழுதுபவர்களாக இருந்தாலும் வெளிக்காட்டிக்கொள்ளத் தயக்கம் இருக்கலாம்.

தமிழ்நாட்டில் வாழக்கூடிய ஈழத்தமிழ் அகதிகள் குறித்து நிறையப் பதிவுகள் வரவேண்டும் என்பது எனது ஆசை. நானும் பலரை ஊக்கப்படுத்தியிருக்கிறேன். எழுதி மட்டும் கொடுங்கள் நானே வெளியிட ஏற்பாடு செய்கிறேன் என்றும் கூறியிருக்கிறேன். ஆனால் எந்தப் பதிவும் அகதிகள் மத்தியிலிருந்து வந்ததாக எனக்குத் தகவல் இல்லை.

எனது புத்தகம் வெளிவந்ததும் ஒரு தொண்டு நிறுவனத்திடம் அணுகி இந்தப் புத்தகத்தை எல்லா அகதி முகாம்களுக்கும் பரவலாகச் செல்ல ஏற்பாடு செய்யுங்கள் என்று வேண்டுகோள் விடுத்தேன். அவர்கள் அதற்கு ஒத்து வரவில்லை. அவ்வாறு நான் கோரியதற்கு இரண்டு காரணம். ஒன்று, இதுபோல் இன்னும் நிறையப் பதிவுகள் வர வேண்டும். மற்றொன்று புத்தகத்தைப் படிப்பதன் மூலம் க்யூ பிரிவு என்ற மாயை, பயம் விலக வேண்டும் என்பதுதான் எனது நோக்கமாகயிருந்தது.

‘போரின் மறுபக்கம்’ எதன் வெளிப்பாடு? இந்நூலை எழுவதற்கு முன் இருந்த மனநிலைப்பாடும் பின் இருந்த மனநிலைப்பாடும் எப்படி இருந்தன. அத்தோடு எதிர்வினைகளை எவ்வாறு எதிர்கொண்டீர்கள்?

பல சிற்றிதழ்கள் இப்பிரச்சினை குறித்துப் பேசப் பயப்படுகின்றன, மறுக்கின்றன. இத்தகைய சூழ்நிலையில் நான் எத்தகைய அச்சுறுத்தலை எதிர்கொண்டாலும் என்னைச் சுதந்திரமாகப் பேச அனுமதித்து வெளியிட்ட இதழாசிரியர் ஈழவாணி அவர்களுக்கு எனது முதற்கண் நன்றி.

ஒரு தனிமனிதனின் கதை இல்லை. போரினால் அகதியாக்கப்பட்டுத் தமிழ்நாட்டில் அகதிகள் முகாமில் வாழ்ந்த ஒரு அகதியின் கதை.

1983ஆம் ஆண்டுதொட்டு இன்றுவரை தமிழ்நாட்டு அகதிகள் முகாம் பற்றிப் பெரிதாக எந்தப் பதிவுகளும் எனக்குத் தெரிந்தவரை இல்லை. என் அறிவுக்கு எட்டியவரை அகதி முகாம் வாழ்க்கை பற்றி, நடைமுறைகள் பற்றி, க்யூ பிரிவின் அடக்குமுறை பற்றிப் பதிவு செய்திருக்கிறேன். அகதி என்றால் என்ன? ஒரு மனிதன் அவனுடைய அடிப்படை உரிமைகள் இழந்ததன் காரணமாக அகதியாக மாறுகிறான். அதனால் அவன் அவனுடைய நாட்டை விட்டு வேறு நாட்டிற்குச் செல்கிறான். அவன் இழந்த அடிப்படை உரிமைகள் மறுபடியும் கிடைக்கும் என்று எதிர்பார்த்து வருகிறான். இதை நான் கூறவில்லை; UNHCR வரையறுத்தது. இவ்வாறு எதிர்பார்த்து வந்த அகதிகளுக்கு இங்கு 22 வருடங்களாக என்ன நடந்துகொண்டிருக்கிறது?

அகதிகளின் உரிமைகள், கடமைகள் உலக வாழ்க்கை அடிப்படையானது. அகதிக்கும் அதுவே. அகதிக்கு அடிப்படை உரிமை இன்றியமையாதது என்று அகதிகள் சட்டம் கூறுகிறது. ஒரு அகதி எந்த நாட்டில் வாழ்கிறானோ அந்த நாட்டின் சட்டத்திற்கு உட்பட்டு நடக்க வேண்டும். அந்த நாட்டின்

பொதுமக்களின் இறையாண்மைக்குக் குந்தகம் ஏற்படாமல் நடந்துகொள்ள வேண்டும். இவ்வாறு நடந்துகொள்வானாக இருந்தால் அகதிக்கும் அந்த நாட்டு மக்களுக்கு எந்த வேறுபாடும் இல்லை என்கிறது அகதிகளுக்கான சட்டம். இதை நாம் பேச முற்பட்டால் ஒரே வார்த்தையில் அகதிகள் சட்டத்தில் இந்தியா கையெழுத்து இடவில்லை. அதனால் மத்திய அரசு எடுக்கும் முடிவே அகதிகளின் வாழ்க்கை. பிறப்பால் வந்த அடிப்படை உரிமை மறுக்கப்படும்போது, வாழ்க்கை முடக்கப்படும்போது இயல்பாக வரக்கூடிய எதிர்ப்புணர்வின் வெளிப்பாடுதான் எனது புத்தகம்.

அகதிகள் சட்டத்தில் பின்வருமாறு ஒரு கூற்று உள்ளது. அகதியின் கடமைகள் இருக்கிற நாட்டிற்கும் தகுந்தமாதிரி அமைகிறது. நாங்கள் ஐரோப்பாவில் வாழும் அகதிகள் மாதிரி வாழ உரிமை கோரவில்லை. இருக்கிற நாட்டின் சூழ்நிலைக்கும் ஏற்றமாதிரி காலத்திற்கும் சுதந்திரமாக வாழவே கேட்கிறோம். அதுவும் இத்தனை ஆண்டுகள் தமிழகத்தில் தமிழன் அகதியாக, அடிமையாக வாழ்வது என்பதுதான் கூடுதல் வேதனையைத் தருகிறது.

அகதியைப் பற்றி 'இன்னும் ஒரு பக்கம்' என்று அகதிகள் சட்டம் இவ்வாறு கூறுகிறது. இதுதான் இங்குள்ள அகதிகளின் முகாம்களிலும் நடைமுறையில் உள்ளது.

* ஒரு அகதியின் அடிப்படை உரிமைகள் பறிக்கப்படுகிறது.
* அகதிகளை அகதிகளாகவே வைத்துக்கொள்ள முயற்சிக்கிறார்கள். ஒரு குறிப்பிட்ட வட்டத்திற்கு வாழ நிர்பந்திக்கிறார்கள். கல்வி, தங்கும் வசதி, வேலை, ஒரு இடத்தில் இருந்து மற்றொரு இடத்திற்கு செல்ல அனுமதி மறுப்பு போன்றவைதான் அகதிகளின் வாழ்வியல் முறையாக உள்ளது.

எனது வாழ்க்கை சுரண்டப்பட்டுவிட்டது; மழுங்கடிக்கப் பட்டுவிட்டது. எனது அடுத்த சந்ததியும் இவ்வாறு வாழ வேண்டுமா?

நான் நினைந்திருந்தால் சென்னையில் வாழ்ந்த காலத்தில் தவறான வழியில் ஒரு குடும்ப அட்டையுடன் இந்தியக் குடிமகனாக ஏதோ ஒரு மூலையில் வாழ்ந்திருக்க முடியும். எவ்வளவோ காரியம் செய்த எனக்கு அது ஒன்றும் பெரிய விஷயம் இல்லை.

தொ. பத்தினாதன்

இப்புத்தகம் எழுவதற்கு முன்பு எனக்கு இங்குள்ள அரசியல் சூழல் தெரியாது என்பதை வெளிப்படையாகவே ஒத்துக்கொள்கிறேன். அப்போது என்னை விரட்டியவை அகதி என்ற பிரச்சினையும் க்யூ பிரிவு என்ற பூதமும். இவை இரண்டும் என் வாழ்வை, என் சுதந்திரத்தை, மனநிலையைக் கடுமையாகப் பாதித்திருந்தன. தனிமனிதனாக இந்தப் பிரச்சினையிலிருந்து உடைத்துக்கொண்டு வெளியேறும் சவால் என் முன்னால் பிரம்மாண்டமாக இருந்தது. அதனை எதிர்கொள்ள முடியாமல் பயத்திலும் பதற்றத்திலும் பதறிப்போயிருந்த காலம் அது.

அதுமட்டுமன்றிப் பொடா சட்டம் பெரும் அரசியல் தலைவர்களையே ஆட்டம் காண வைத்திருந்தது. அப்போது தமிழ்நாட்டில் உள்ள எந்த முகாமிலும் எனக்குப் பதிவு இல்லை. என்னை மறைத்துக்கொண்டு வாழ்ந்த சூழலில் வாழ்க்கையைப் பணயம் வைத்துத்தான் அப்புத்தகத்தை எழுதினேன். அப்புத்தகம் படித்தவர்களுக்குத் தெரியும். இப்புத்தகம் படித்துக் கொண்டிருக்கும்போது நான் ஒருவேளை சிறையில் இருப்பேன். அல்லது சிறையிலிருந்து விடுபட்டு இருப்பேன் என்று அப்புத்கத்தில் குறிப்பிட்டது அத்தகைய நெருக்கடியான சூழலை மனதில் கொண்டுதான்.

2003இல் இப்புத்தகம் எழுத ஆரம்பித்த காலத்தில் எனக்குத் தெரிந்திருந்த அரசியல் புலிகளுக்கு எதிரா, ஆதரவா? என்பது மட்டுமே. இந்த இரண்டு பக்க விமர்சனங்களுக்குள் சிக்கி விடக்கூடாது என்பதை மனதில் கொண்டுதான் எழுதினேனே தவிர வேறு எந்த அரசியல் போக்கும் எனக்கு அப்போது தெரியவில்லை.

தட்டுத்தடுமாறிப் புத்தகம் வெளிவந்தது. என்ன மர்மமோ தெரியாது. க்யூ பிரிவு மூன்று நாட்கள் கழித்துதான் வீட்டிற்குள் வந்தார்கள். அப்போது உச்சப்பட்டி அகதி முகாமில் தனியாகத் தான் ஓலைக்கொட்டிலில் வாழ்ந்தேன். புத்தகம் குறித்த தகவல் அனைத்தும் எழுதிக் கொண்டார்கள். புத்தகம் கேட்டார்கள். நான் மறுத்தேன். கடையில் விற்கிறது போய் வாங்கிக் கொள்ளுங்கள் என்றேன். மறுபடியும் அரைமணி நேரம் கழித்து வந்து உயர் அதிகாரி கேட்டார். கொடுங்கள் படித்துவிட்டுத் தருகிறேன் என்றார். நீங்கள் திருப்பித் தரமாட்டீர்கள் என்று தெரியும், கொண்டுபோங்கள் என்று புத்தகத்தைக் கொடுத்து அனுப்பிவிட்டேன்.

மாலையில் என் வீட்டைச் சுற்றியுள்ள வீடுகளில் எல்லாம் தணிக்கை (செக்கிங்) நடைபெற்றது. நான் வீட்டில்தான் இருந்தேன்.

என்னை எதுவும் கேட்கவில்லை. நான் தப்பித்ததற்கு ஒரு முக்கியக் காரணம் அப்புத்தகம் வெளியிட்ட பதிப்பகத்தின் பின்புலம். ஆனாலும் நான் கூடுதல் கண்காணிப்பு வளையத்திற்குள் இருந்தேன்.

தமிழகத்தில் உள்ள சில பத்திரிகைகள் அப்புத்தகம் பற்றிப் பேசியது. மலையாளப் பத்திரிகை, தொலைக்காட்சிகள் அப்புத்தகம் குறித்து பேசின. I.P.C வானொலி அது குறித்துப் பேசியது. அப்போது எல்லாம் எனக்குத் தெரியவில்லை. அப்புத்தகம் வெளிவந்த இரண்டு வருடம் கழித்து 'நாங்கள் உங்கள் புத்தகத்தைப் புறக்கணித்துவிட்டோம்' என்று ஒரு நண்பர் கூறினார். 'ஏன்' என்றேன். 'நீங்கள் புலிகளுக்கு எதிராக எழுதியிருக்கிறீர்கள்' என்றார். 'நீங்கள் அப்புத்தகம் படித்தீர்களா' என்றேன். 'இல்லை' என்றார். படிக்காமலேயே புத்தகத்தை நிராகரிப்பது அறிவுடையோர் செயலா?

பின்புதான் எனக்குப் புரிந்தது. அப்புத்தகம் வெளியிட்ட பதிப்பகம் மேல் அவர்கள் என்ன மனநிலையில் இருந்தார்களோ அதே மனநிலையில்தான் என்னைப் பார்த்தனர். அப்புத்தகத்தில் பேசியுள்ள கருத்தியல் பற்றி, பிரச்சினை பற்றி அவர்களுக்கு அக்கறை இல்லை. நாங்கள்தான் வாரிசு என்று கொடிபிடிக்கும் இவர்கள், நான் அவர்கள் சார்ந்த பதிப்பகங்களில் அப்புத்தகம் வெளியிட முயற்சித்தபோது நிராகரித்ததும் பணம் கேட்டதும் ஏன்? ஆக இவர்கள் வைக்கோலில் கட்டிய நாய் மாதிரி தானும் தின்னாது, தின்பதையும் விடாதவர்கள்.

அதன் பின்பு எழுத்தாளர், நண்பர்கள் அப்புத்தகம் படித்தவர் எனப் பலரிடம் கேட்டிருக்கிறேன். அவர்கள் புலிகளுக்கு எதிரான எந்தப் பதிவுமில்லை என்றனர்.

எனது பார்வையில் அன்று அவ்வாறு என்றால், இன்று நான் உட்பட, என்னைப் பெற்ற தாய் உட்பட, இவ்வுலகில் உள்ள அனைவரும் விமர்சனத்திற்குட்பட்டவர்கள் என்பதுதான் சரியாக இருக்கும்.

விமர்சனம் என்று வரும்போது எதிர்க்களத்தில் கொண்டு போய் நிறுத்துவது என்பது ஜனநாயகத்திற்கு எதிரான போக்கு. அது ஆபத்தானது. விமர்சனத்தை மறுக்கும்போது அங்கு சர்வதிகாரம் தானாகவே வந்துவிடும். எதிர்க்களத்தில் நின்று விமர்சிப்பது என்பது வேறு. என்னை நானே மறுபரிசீலனைக்கு உட்படுத்துவது வேறு. நான் எப்போதும் எதிர்க்களத்தில் நிற்பவனில்லை. நான் உட்பட எல்லாமே விமர்சனத்திற்கு உட்பட்டது என்பதில் எனக்கு மாற்றுக்கருத்தில்லை.

படகு மூலம் கடலில் பயணித்து அகதியாக இராமேஸ்வரத்தில் நுழையும்போது எப்படி உணர்ந்தீர்கள்?

நேற்று நடந்ததுபோல் இருக்கிறது. இருபத்திரண்டு வருடங்களையும் தாண்டி அன்று ராமேஸ்வரத்தில் குத்தப்பட்ட அகதி முத்திரையுடன் தொடர் போராட்டமாகவே வாழ்க்கை நகர்ந்து கொண்டிருக்கிறது.

1990இல் யாழ்ப்பாணம் குருநகரில் பாதிரியார் விடுதியிலிருந்து படித்துக்கொண்டிருந்தேன். யாழ் கோட்டையில் நடுராத்திரியில் யுத்தம் ஆரம்பமானது. காதைப் பிளக்கும் வெடிச்சத்தம். கிறிஸ்துவக் கோவிலில் அடைக்கலமாகியிருந்தோம். செல் அடியில் கோவில் முகப்பு உடைந்து போனது. ஒருவாரம் கழித்து மன்னார் வந்து சேர்ந்தேன். எனது ஊர் பதட்டமாகப் பரபரப்பாக இருந்தது. மாறுபட்ட தகவல்கள் ஒவ்வொரு நிமிடமும் ஒவ்வொரு கதையாக வந்துகொண்டிருந்தது. எங்கள் ஊரைப் பொறுத்தவரை இளம் வயதினரையே தமிழ்நாட்டிற்கு அனுப்பினார்கள். 16 வயதில் அந்தப் பிரச்சினையின் அடியும் தெரியாது, தலையும் தெரியாது. இரண்டு அண்ணன், இரண்டு அக்காவுடன் அம்மா என்னை அனுப்பினார்கள். எனக்கு இந்தியாவை, தமிழ்நாட்டைப் பார்க்க வேண்டும் என்ற ஆசை இருந்தது. மூன்று மாதத்திற்குள் பிரச்சினை சரியாகிவிடும், பின்பு ஊருக்கு வந்துவிடலாம் என்ற எண்ணத்துடன் புறப்பட்டேன்.

தலைமன்னாரில் ராணுவம் முகாமைக் கடந்துவரப் பல மயில் தூரம் ஒத்தையடிப் பாதையைக் கடக்க வேண்டிருந்தது. ஒத்தையடிப் பாதையைத் தவிர்த்து எங்கும் கால் வைக்காதீர்கள், கண்ணிவெடி இருக்கிறது என்றார்கள். முன் செல்பவரின் காலடித் தளத்தில் கவனமாகக் கால்வைத்து நடந்து கடற்கரை வந்து சேர்ந்தோம். கடற்கரையில் சிறிய கோவிலில் படகுக்காகக் காத்துகொண்டு இருக்கும்போது பாதிரியாரும் இன்னும் சிலரும் அவ்வழியாகக் கடந்து சென்றார்கள். கடலில் அழுகிய நிலையில் மனித உடல் ஒதுங்கியுள்ளதாம். அதை அங்கேயே அடக்கம் செய்யச் செல்கிறார்கள் என்றார்கள். அய்யோ, அப்போ நாம் போய்ச் சேருவோமா பயம் தொற்றிக்கொண்டது. சிலமணி நேரக் காத்திருப்புக்குப் பின் கூறினார்கள். கடலில் நேவிக்காரன் வருகிறான், எல்லோரும் அப்படியே படுத்துக்கொள்ளுங்கள் என்றார்கள். வேண்டாத கடவுள் இல்லை. சிலர் அழவும் செய்தார்கள். சிறிது நேரத்தில் படகு பழுதாகிவிட்டது என்றார்கள். இருட்டு ஒரு பக்கம் பயத்தைக் கூட்டிக்கொண்டிருந்தது. நடு இரவில் படகு வந்தது. எல்லோரும் ஏறிக்கொண்டோம். அலை

அடித்து அடித்து அவ்வப்போது கடல்நீர் பட்டுக்கொண்டிருந்தது. பொழுது விடியும்போது இடுப்பளவு தண்ணீரில் ரமேஸ்வரத்தில் இறக்கிவிட்டார்கள். தமிழ் சினிமா பாட்டு இதமாக வரவேற்றது. ஒரு சினிமா நடிகரையாவது பார்த்துவிட்டுத்தான் ஊருக்குத் திரும்ப வேண்டும் என்று அப்போது நினைத்தேன்.

மன்னார் விவசாயப் பகுதியாக இருந்தாலும் தலைமன்னார் பரிட்சயமாகவே இருந்தது. அதுபோல்தான் ராமேஸ்வரமும் இருந்தது. தடுப்பூசி போட்டார்கள். சமைத்த உணவு கொடுத்தார்கள். அதன் மனம் இந்திய இராணுவத்தை நினைவு படுத்தி எரிச்சல் கொள்ளவைத்தது மட்டுமன்றி வாந்தி எடுக்கவும் வைத்தது. பதற்றமான சூழ்நிலையில் பத்திரமாக ராமேஸ்வரம் வந்து இறங்கியது மிகுந்த சுதந்திரமாக உணர்ந்தேன். இனிமேல் எவரும் எம்மை எதுவும் செய்ய முடியாது என்ற மனநிலை இருந்தது.

அப்போது கனவிலும் நினைக்கவில்லை. தமிழ்நாட்டில் அடிமையாக்கப்பட்டு, நம் சுதந்திரம் பறிக்கப்பட்டு வாழ்க்கை தொலைந்து போகும் என்ற விஷயம். மண்டபம் முகாம் மணல் மேட்டில் மூன்று நாட்கள் தங்க வைக்கப்பட்டு வேறு முகாமுக்கு மாற்றப்பட்டேன்.

ஒரு எழுத்தாளனாகத் தாங்கள் இந்தப் பத்திரிகை மூலம் என்ன சொல்ல விரும்புகிறீர்கள்?

இவ்வாறு அகதியாகத் தொடர்ந்து நாங்கள் இப்படியே வாழ விரும்பவில்லை. தொடர்ந்து தற்காலிகமாக 22 வருட வாழ்க்கையில் இழந்தது அதிகம். இந்த ஒட்டுமொத்த ஈழ அகதிகளின் எதிர்காலம் தொடர்ந்து கேள்விக்குறியாகவேயிருக்கிறது. அதுவே அவர்களுக்குச் சலிப்பையும் வெறுப்பையும் ஏற்படுத்தியிருக்கிறது. தங்கள் பிள்ளைகளின் எதிர்காலம் குறித்துப் பயம், கவலை இருக்கிறது. அதேவேளை இங்கு நிரந்தரமாக வாழ வேண்டும் என்றும் அவர்கள் நினைக்கவில்லை.

அரசுக்கு இத்தனை ஆண்டுகளாக இவர்கள் சுமையாகவே இருக்கிறார்கள். மக்களின் வரிப்பணம் இவர்களுக்கு உதவித் தொகையாக வழங்கப்பட்டுக் கொண்டிருப்பது ஏன் என்பதை ஆழமாக யோசிக்க வேண்டும். உவித்தொகையும், ரேசனும் கொடுக்கும்வரை அரசு இவர்களை அடிமையாகத்தான் வைத்திருக்கும்.

ஆகவே உதவித்தொகை வழங்குவதை நிறுத்த வேண்டும். அதற்கு முன்பாக அவர்களுக்கான கட்டுப்பாடுகள் அனைத்தையும் நீக்கிவிட்டு எங்களுக்குச் சமூகப் பொருளாதாரக் கல்வி மேம்பாட்டிற்கான வாய்ப்புகளைக் கூடுதலாக ஏற்படுத்த வேண்டும்.

சுருக்கமாக, அழுத்தமாகப் பதிவு செய்வது ஒன்றே ஒன்றுதான் 'எங்களுக்கு இலவசமோ உதவித்தொகையோ தேவையில்லை. எங்களுக்குத் தேவை சுதந்திரமான வாழ்க்கை, இங்கு வாழும்வரை.'

பூவரசி அரையாண்டு இதழ், ஜனவரி 2013

ஆசிரியரின் பிற காலச்சுவடு வெளியீடு

போரின் மறுபக்கம்
ஈழ அகதியின் துயர வரலாறு
(அகதியின் அனுபவங்கள்)
ரூ. 280

தகிப்பின் வாழ்வு
போரும் இடப்பெயர்வும்
(கட்டுரைகள்)
ரூ. 120

அந்தரம்
(நாவல்)
ரூ. 250